கோ.நம்மாழ்வார்

திருக்காட்டுப்பள்ளி அருகே உள்ள இளங்காடு கிராமத்தில் பிறந்தவர். அண்ணாமலைப் பல்கலைக் கழகத்தில் பி.எஸ்ஸி., வேளாண் அறிவியல் பட்டம் பெற்று கோவில்பட்டி - வேளாண் ஆராய்ச்சி நிலையத்தில் பண்ணை மேலாளராக ஏழு ஆண்டுகள் பணிபுரிந்தவர். அமைதிக்கான நோபல் பரிசு பெற்ற நெதர்லாந்து நாட்டின் ஃபாதர் டொமினிக் பியரது இயக்கத்தில் பெரும் ஈர்ப்புக்கொண்டவர்.

'லீஸா' மற்றும் 'குடும்பம்' அமைப்புகள் மூலமாக 'கொழிஞ்சி' இயற்கை வேளாண்மைப் பண்ணையை உருவாக்கியவர்.

இயற்கை வேளாண்மைக்காகப் போராடும் இவர், அது தொடர்பாக 15-க்கும் மேற்பட்ட நூல்களை எழுதியுள்ளார்.

இவரது சேவையைப் பாராட்டி 2007-ம் ஆண்டு, திண்டுக்கல், காந்திகிராம் கிராமியப் பல்கலைக்கழகம் முனைவர் பட்டம் வழங்கி கௌரவித்துள்ளது.

Title :
ENNADUDAIYA IYARKAIYAE
POTRI!
© Dr. K. NAMMAZHVAR

ISBN : 978-81-8476-414-7

விகடன் பிரசுரம்: **648**

நூல் தலைப்பு:
எந்நாடுடைய இயற்கையே போற்றி!

நூல் ஆசிரியர்:
© டாக்டர் கோ.நம்மாழ்வார்

ஓவியங்கள்:
ஹரன்

அட்டைப் படம்:
என்.விவேக்

முதற்பதிப்பு : **மார்ச், 2012**

பதினைந்தாம் பதிப்பு : **நவம்பர், 2023**

விலை : **₹ 150**

பதிப்பாளர்:
பா.சீனிவாசன்

துறைத் தலைவர்:
எம்.அப்பாஸ் அலி

முதன்மைப் பொறுப்பாசிரியர்:
அ.அன்பழகன்

தலைமை உதவி ஆசிரியர்:
ப.சுப்ரமணி

தலைமை வடிவமைப்பு:
மா.முகமது இம்ரான்

இந்தப் புத்தகத்தின் எந்த ஒரு பகுதியையும் பதிப்பாளரின் எழுத்துபூர்வமான முன் அனுமதி பெறாமல் மறுபிரசுரம் செய்வதோ, அச்சு மற்றும் மின்னணு ஊடகங்களில் மறுபதிப்பு செய்வதோ காப்புரிமைச் சட்டப்படி தடை செய்யப்பட்டதாகும். புத்தக விமரிசனத்துக்கு மட்டும் இந்தப் புத்தகத்திலிருந்து மேற்கோள் காட்ட அனுமதிக்கப்படுகிறது.

விகடன் பிரசுரம்
757, அண்ணா சாலை, சென்னை-600 002.

மொபைல்: 80560 46940 / 95000 68144
Website: http://books.vikatan.com
e-mail: books@vikatan.com

எந்நாடுடைய இயற்கையே போற்றி!

டாக்டர் கோ.நம்மாழ்வார்

விகடன்
பிரசுரம்

Title :
ENNADUDAIYA IYARKAIYAE POTRI!

© Dr. K. NAMMAZHVAR

ISBN : 978-81-8476-414-7

விகடன் பிரசுரம்: **648**

நூல் தலைப்பு:
எந்நாடுடைய இயற்கையே போற்றி!

நூல் ஆசிரியர்:
© டாக்டர் கோ.நம்மாழ்வார்

ஓவியங்கள்:
ஹரன்

அட்டைப் படம்:
என்.விவேக்

முதற்பதிப்பு : **மார்ச், 2012**

பதினைந்தாம் பதிப்பு : **நவம்பர், 2023**

விலை : ₹ **150**

பதிப்பாளர்:
பா.சீனிவாசன்

துறைத் தலைவர்:
எம்.அப்பாஸ் அலி

முதன்மைப் பொறுப்பாசிரியர்:
அ.அன்பழகன்

தலைமை உதவி ஆசிரியர்:
ப.சுப்ரமணி

தலைமை வடிவமைப்பு:
மா.முகமது இம்ரான்

இந்தப் புத்தகத்தின் எந்த ஒரு பகுதியையும் பதிப்பாளரின் எழுத்துபூர்வமான முன் அனுமதி பெறாமல் மறுபிரசுரம் செய்வதோ, அச்சு மற்றும் மின்னணு ஊடகங்களில் மறுபதிப்பு செய்வதோ காப்புரிமைச் சட்டப்படி தடை செய்யப்பட்டதாகும். புத்தக விமரிசனத்துக்கு மட்டும் இந்தப் புத்தகத்திலிருந்து மேற்கோள் காட்ட அனுமதிக்கப்படுகிறது.

விகடன் பிரசுரம்
757, அண்ணா சாலை, சென்னை-600 002.
போன்: 044-4263 4283
மொபைல்: 80560 46940 / 95000 68144
Website: http://books.vikatan.com
e-mail: books@vikatan.com

இயற்கை எனும் இனிய வரம்!

பெருகிவரும் மக்கள்தொகைக்கு ஏற்ப உணவு உற்பத்தியை அதிகரிக்க, இன்று பல்வேறு செயற்கை உரங்கள் பயன்பாட்டில் உள்ளன. காய்கறிகள் முதல் கடுகு வரை ஒவ்வொன்றையும் விளைவிக்க பயன்படுத்தப்படும் யூரியா போன்ற செயற்கை ரசாயன உரங்களும், தவறான தொழில்நுட்ப முறைகளும் மனித சமுதாயத்துக்கு பெரும் தீங்கை விளைவிக்கின்றன.

இதில் இருந்து நாம் விடுபட, நமக்குக் கிடைத்த மிகப்பெரிய வரப்பிரசாதம்தான் 'இயற்கை விவசாய முறை'. இது, மண் வளத்தைப் பெருக்கி பசுமைப் புரட்சிக்கு வித்திடுகிற நமது பாட்டன் காலத்து விவசாய வழக்கம்தான்!

உழவர்கள் பூச்சிக்கொல்லியை அதிகமான அளவில் தெளிப்பதால் நிலம், நீர், காற்று மாசுபடுவது மட்டுமல்லாமல், உயிரினப் பன்மயமும் அழிந்துபோகிறது. செயற்கை ரசாயனம் கலந்த பூச்சிக்கொல்லிகளை பயன்படுத்துவதன் மூலம், நிலம் தன் நலம் இழக்கிறது. உடலின் இயல்பான வளர்ச்சி எக்குத்தப்பாக மாறுகிறது. உடல் பருமன், அதீத வளர்ச்சி, சீக்கிரமே பருவம் அடைவது, ஆண்மை இழப்பு... என ரசாயனக் கலப்புகளால் நாம் அனுபவிக்கும் துன்பங்கள் அதிகம். இயற்கை விவசாயத்தின் மூலமே அனைத்துவிதமான பயிர் சாகுபடியை வெற்றிகரமாக நிகழ்த்த முடியும் என்பதை, அனுபவத் தொகுப்பாக படைத்திருக்கிறார் நூலாசிரியர் டாக்டர் கோ.நம்மாழ்வார்.

'எந்நாடுடைய இயற்கையே போற்றி!' என்ற தலைப்பில் பசுமை விகடனில் வந்த தொடரின் தொகுப்பு, இந்த நூல். இயற்கை முறை விவசாயம் மூலம் வாழ்வில் வளம் பெற உழைக்கும் ஒவ்வொருவருக்கும், அற்புதமான விளைச்சலை பெறுவதற்கான அரிச்சுவடிப் பாடமாக இந்த நூல் விளங்கும்!

– ஆசிரியர்

இயற்கையைப் போற்ற இதுவே நேரம்!

இயற்கையையும் இந்திய உழவர்களையும் காப்பாற்றுவதைக் கடமையாகக்கொண்டு பணிபுரிகிறது பசுமை விகடன். இந்த இதழில் தொடர்ந்து வெளிவந்த முதற்பகுதி, 'உழவுக்கும் உண்டு வரலாறு!' என்கிற தலைப்பில் நூலாக வெளிவந்தது. அதனைப் படித்தவர்களின் முகத்தில் சத்துணவு உட்கொண்ட நிறைவைக் காண முடிகிறது.

அதனை அடுத்து எழுதிய பத்தொன்பது கட்டுரைகள், நூல் வடிவில் இன்று உங்கள் கையில் தவழ்கிறது. இயற்கையைப் போற்றவேண்டிய கடமை, எந்நாட்டவராக இருந்தாலும் அவருக்கு உண்டு.

மனித வாழ்க்கையைக் கேள்விக்குறியாக்கும் சுற்றுச்சூழல் கேடுகளை, கடிவாளத்தைக் கையில் வைத்திருக்கும் அதிகார வர்க்கம் கண்டுகொள்ளவில்லை. இதன் விளைவாக, வல்லரசுகள் அனைத்தும் பொருளாதார அரசியல் நெருக்கடியில் நெளிகின்றன.

'2015-ம் ஆண்டில் பட்டினி கிடக்கும் மக்கள் எண்ணிக்கையைப் பாதியாகக் குறைப்போம்!' என்று சூளுரைத்த நாடுகள், அந்தத் திசை நோக்கி சாண் ஏறினால் முழம் சறுக்குகிறது.

'நாட்டில் உள்ள குழந்தைகளில் பாதி பேர், சத்துணவு பற்றாக் குறையால் வளர்ச்சி குன்றி இருப்பது தேசிய அவமானம்!' என்று தலைமை அமைச்சர் கூறுகிறார்.

'இந்தியாவில், ஒரு நாளைக்கு 27 ரூபாய் ஈட்டுபவர் வறுமைக் கோட்டைத் தாண்டிவிட்டார்' என்கிறது திட்டக்கமிஷன். 'ஒரு லட்சம் கோடி ரூபாயாக உள்ள மானியம், இந்த ஆண்டு இரண்டரை லட்சம் கோடியாக உயரும்!' என்று கண்ணீர் சிந்தாத குறையாகக் கவலைப்படுகிறார் தலைமை அமைச்சரின் பொருளாதார ஆலோசகர்.

‘அந்நிய நிதி உள்ளே வராமல் வளர்ச்சி சாத்தியம் இல்லை; நான் தூக்கத்தை இழக்கிறேன்!’ என்று மனம் நொந்து பேசுகிறார், நிதி அமைச்சர்.

தமிழகத்துப் பணக்கார உழவர்கள், தடை இல்லாத மின்சாரம் கேட்கிறார்கள். மரவள்ளி முதலாக மஞ்சள் ஈறாகப் பயிர் செய்த உழவர்களும் உண்ணாவிரதம் உட்காராத நாள் இல்லை.

மேல் நாடுகளில், ஒரு விழுக்காடு அல்லது இரு விழுக்காடு மக்கள் மட்டுமே கிராமத்தில் வாழ்கிறார்கள். இந்தியாவில் அப்படி அல்ல. 70 விழுக்காடு மக்கள் கிராமப்புறத்தில் வாழ்கிறார்கள். இங்கு இயந்திர மயமாக்கத்தையும் ரசாயன மயமாக்கத்தையும் புகுத்தினால் நாட்டு மக்கள் வறுமைக்குள் தள்ளப்படுகிறார்கள் என்று 20 வருடங்களாகக் கூறி வருகிறோம். அமைச்சர்களும் ஆராய்ச்சியாளர்களும் இதனை கண்டுகொள்ளாததில் நமக்கு வியப்பு இல்லை. அவர்கள் சீமைப் பெருச்சாளிகளைக் கட்டுச் சோத்து மூட்டையில் வைத்துக் கட்டுவதற்குக் கடமைப்பட்டு இருக்கிறார்கள்.

காலமெல்லாம் மாடாக உழைத்து ஓடாக இளைத்துப்போன அப்பாவி உழவர்களுக்கு, இந்த உண்மை தெரியாது இருப்பதுதான் ஆபத்து.

சிலர், இன்று பாடப்புத்தகத்துக்கு அப்பாலும் படிப்பவர்களின் எண்ணிக்கை உயர்ந்து இருப்பதாக மார்தட்டுகிறார்கள். அவர்கள் இந்த நூலையும் படிக்கக்கூடும். ‘எவ்வளவு காலம் விஞ்ஞானமென்ற பெயரில் வணிகச் சுரண்டலுக்கு இந்தியா துணைப் போயிருக்கிறது’ என்று உணர்ந்து எரிமலையாவார்கள் என்று எதிர்பார்க்கிறேன்.

விகடன் குழுமத்துக்கும், இயற்கையின் வழிகாட்டுதலில் விளைச்சல் காண உழைக்கும் சகோதர-சகோதரிகளுக்கும் எனது நன்றியும் பாராட்டும் உரியது.

உங்கள் நெஞ்சுக்கு நெருக்கமான,

– கோ.நம்மாழ்வார்

23.02.12

இந்த நூல்...

அறுத்த தானியத்தில் ஒரு பகுதியை
நிலத்தில் விதைத்த
முதல் பெண்ணுக்கு...

1

இயற்கையை நோக்கி முதல் அடி!

உலகெங்கிலுமே இயற்கை விவசாயம் ஏற்றுக்கொள்ளப்பட்டு, கடைப்பிடிக்கப்பட்டு வருகிறது. இருப்பினும், 'இயற்கை விவசாயம் என்பது சாத்தியமா... அது விஞ்ஞானபூர்வமாக நிரூபிக்கப்பட்டு இருக்கிறதா... அவை பற்றிய ஆதாரங்கள் இருக்கின்றனவா?' என்று, பலவாறான கேள்விகள் எழுப்பப்பட்டு வருகின்றன.

இயற்கை விவசாயத்துக்கு எதிரான 'கம்பெனி தோழர்கள்' மட்டுமல்ல... இயற்கை விவசாயத்தை விரும்பிச் செய்ய நினைக்கும் நண்பர்களும் இப்படிப்பட்ட கேள்விகளை எழுப்புகிறார்கள்!

இந்தக் கேள்விகளுக்கெல்லாம் ஒரே பதில்...

'எந்நாடுடைய இயற்கையே போற்றி...!' என்று இயற்கையிடம் உங்களின் மனம், மூளை... என

எந்நாடுடைய இயற்கையே போற்றி!

எல்லாவற்றையும் சரணடையச் செய்து பாருங்கள்... தன்னாலேயே அந்த உண்மை புரிய வரும்!

'ஆலமரத்தின் விதை, அயிரை மீனின் சினை முட்டையைவிட உருவத்தில் சிறியது. ஆனால், அது முளைத்து வானத்தில் கிளை பரப்பி, விழுதுகளை கீழ் இறக்கி, மண்ணுக்கும், அடைக்கலம் புகுந்த மனிதர்களுக்கும், பறவைகளுக்கும் நிழல் கொடுக்கிறது' என்று பொருள்படும் விதத்தில், '*தெல்லிய ஆலில்...*' என்று துவங்கும் பாடலைப் பாடி வைத்துள்ளார் ஔவையார்.

'இதயம் போன்ற இலைகள், கிளைகள் தோறும் விழுதுகள், எண்ணற்ற பழங்கள், பரந்து விரிந்த நிழல்... இவ்வளவு பண்புகளையும் கொண்ட ஆலமரத்தின் தலைவிதி, ஒரு சிறு விதைக்குள்தான் எழுதப்பட்டு இருக்கிறது' என்பதுதான் அந்தச் செய்யுளின் மறைபொருள்.

'அன்னம்கூட அவளிடத்தில் வந்து நடைபயிலும்...

ஆடல் கலை ரகசியத்தை அறியவரும் மயிலும்...'

என்று ஓர் உவமைக்காக கண்ணதாசன் எழுதியிருந்தாலும், பெண்களை அன்னப்பறவை அல்லது மயிலுடன் ஒப்பிட்டுப் பார்க்க முடியாது. கூரிய மூக்கு, ஆழமானப் பார்வை, நீள் கழுத்து, வண்ணமயமாக குடை விரிக்கும் தோகை... என, பல தனித்தன்மைகளை தன்னிடம் கொண்டது மயில். ஆண் மயிலும் பெண் மயிலும் கலக்கும்போது இரண்டு செல்கள் ஒன்றிணைந்து உருவாகும் முட்டைதான் மயிலின் பிறப்புக்கு அடிப்படை. அதுபோல ஒவ்வொரு முட்டைக்குள்ளும் அதனதன் தாய்-தந்தையருடைய வடிவமைப்பும் பண்புகளும் தீர்மானிக்கப்பட்டு இருக்கும்.

குயில்கள், குஞ்சு பொரிப்பதற்காக தனிக்கூடு கட்டுவதில்லை. காக்கையின் கூட்டில்தான் குயில்கள் முட்டை இடுகின்றன. அந்த முட்டைகளையும் காக்கைதான் அடைகாத்து பொரிக்கின்றது. அதேபோல வாத்துக்கும் அடைகாக்கும் பழக்கமில்லை. கோழி முட்டைகளோடு அடை வைத்துதான் வாத்து முட்டைகளைப் பொரிக்கிறார்கள். காக்கை அடை காத்தாலும், கோழி அடை காத்தாலும்.. குயில் முட்டையிலிருந்து குயிலும், வாத்து முட்டையிலிருந்து வாத்தும்தான் வெளி வருகின்றன.

ஒரு விஞ்ஞானி, நெருப்புக்கோழியை அடைகாக்க வைத்து ஓர் ஆராய்ச்சியை மேற்கொண்டார். நெருப்புக்கோழியின் முட்டையிலிருந்து 50 நாட்களில் குஞ்சு வெளி வரும். 49-வது நாள் அடையிலிருந்து ஒரு முட்டையை எடுத்து மேஜை மேல் வைத்து,

'பர்ர்ர்ர்ர்ர்...' என்று சத்தம் கொடுத்தார். முட்டை அங்கும் இங்குமாக உருளியது. அதாவது 'பர்ர்ர்ர்ர்...' என்ற ஒலியானது, வானத்தில் பருந்து வரும்போது நெருப்புக்கோழி சேவல் எழுப்புகின்ற எச்சரிக்கை சத்தம். அந்த சத்தத்தைக் கேட்டால் குஞ்சுகள் புதருக்குள் போய் பதுங்கிக்கொள்ள வேண்டும். இது இயற்கை கொடுத்துள்ள தற்காப்பு. இத்தகைய தற்காப்பு உணர்வை முட்டைக்குள் இருந்து வெளி வருவதற்கு முன்பே அந்தக் குஞ்சு பெற்று இருக்கிறது.

இதுபோலத்தான் ஒவ்வொரு செடியின் விதையிலும் அதனுடைய வளர்ச்சிப் பருவங்களும், பண்புகளும், உற்பத்தி செய்யப்போகின்ற விளைபொருட்களும், அதன் அளவுகளும் முன்பே தீர்மானிக்கப்பட்டு இருக்கும்.

இந்த உண்மையை, நமது மூதாதையர்கள் காடுகள் மலைகளில் மந்தை மந்தையாக அலைந்து திரிந்தபோதே அறிந்திருந்தார்கள். அந்த சமயத்தில் அவர்களுக்கு மொழி மட்டும்தான் உண்டு.

எந்நாடுடைய இயற்கையே போற்றி!

எழுதவோ, படிக்கவோ தெரியாது. ஆனால், ஆயிரக்கணக்கான விதைகளைத் தேர்வு செய்து பயிரிட்டு மறு உற்பத்தி செய்து, வாழ்க்கையை எளிதாக்கி வாழ்ந்து வந்தனர். காட்டு விலங்குகளைப் பழக்கி, தனக்கு உற்ற நண்பர்களாக வைத்துக்கொண்டனர். தமிழகத்தில் பத்தாயிரம் ஆண்டுகளாக இப்படி ஒரு வளர்ச்சி நடைபெற்று வருவதற்கான வரலாறு இருக்கிறது.

உற்பத்திச் செய்த பொருட்களை உண்பதற்கேற்ற வகையில் வறுப்பதா.. வேகவைப்பதா.., அந்தப் பொருளோடு எது எதைக் கலந்து சுவையான உணவு தயாரிப்பது.., பல உணவுகளைத் தயாரித்தாலும் எந்த உணவை முதலில் சாப்பிடுவது.., எந்த வரிசையில் சாப்பிடுவது... என பல முறைகளை காரண காரியங்களோடு முறைப்படுத்தி வைத்திருக்கிறார்கள்.

நம் முன்னோர்களின் கண்டுபிடிப்புகளையெல்லாம் கை கழுவி விட்டு தாவரங்களில் மரபணுக்களை மாற்றி, அடுத்த தலைமுறையினர் கை மாற்றிக்கொள்ள முடியாத வித்துகளைக் கண்டறிவதற்கு, ஏகப்பட்ட நிதியையும் உழைப்பையும் செலவழித்து வருகிறோம். இதற்குப் பெயர்தான் 'டெவலப்மென்ட்'டாம்..!

ஆனால், இத்தகைய அநாகரிக டெவலப்மென்ட் ஏதும் இல்லாமல்... காட்டு வாழ்க்கையே மேல் என்று இயற்கையிடம் சரண் அடைந்தவர்கள் பறக்க விட்டுக்கொண்டு இருக்கும் வெற்றிக் கொடிதான் 'இயற்கை விவசாயம்'. இங்கு மட்டுமல்ல... பல நாடுகளிலும் அந்தக் கொடி பட்டொளி வீசிப் பறக்கிறது.

இத்தகைய வெற்றியைப் பெற்றிருப்போர் பயன்படுத்தி வரும் பாரம்பரிய இயற்கை விவசாய முறைகளுக்கான ஆதாரங்கள், விஞ்ஞானபூர்வ விளக்கங்கள் பற்றியெல்லாம் தெரிந்து கொண்டால்... நிச்சயமாக நம் ஒவ்வொருவருக்கும் வெற்றிதான்!

2

கால்நடைகளுக்கும் விஷம்!

ஆனைமலையில் நடைபெற்ற காந்தி நினைவு நாள் கருத்துப் பகிர்வுக்கு அழைப்பின் பேரில் சென்ற நான், ஆனைமலைப் பேருந்து நிறுத்தத்தில் இறங்கினேன். என்னை அழைத்துப்போக, மாட்டு வண்டியில் வந்திருந்தார் காந்தியக் கொள்கைகளில் பழுத்தப் பழமான காந்தி ஆசிரம நிறுவனர் ரெங்கநாதன். அவர் வண்டியை ஓட்ட... செழித்து வளர்ந்த காளை தன் தலையை ஆட்டியபடி பெருநடை போட்டது.

'பெட்ரோல், டீசலை எரிப்பதால்தான் பூமிப்பந்து வெப்பமாகிறது. அதற்கு மாற்று சக்தி வேண்டும்' என்றெல்லாம் பலரும் பேசுகிறார்கள் அல்லவா... அந்த மாற்று சக்தியைத்தான் ரெங்கநாதன் அன்று செயலில் காட்டினார். பெட்ரோல், டீசல் போன்ற எரிபொருட்கள்

எல்லாம் புதைகுழிகளில் இருந்து எடுக்கப்படும் புதுப்பிக்கப்பட முடியாத ஆதாரங்கள். கச்சா எண்ணெயை எடுக்கும்போதும், அதை எரிக்கும்போதும் சூழல் மாசுபடுகிறது.

ஆனால், புதுப்பிக்கவல்ல இயற்கை சக்தியான கால்நடைகளை நாம் மறந்துகொண்டே இருக்கிறோம். ஒவ்வொரு பசுவும் பருவத்துக்கு வந்த பிறகு, தனது வாழ்நாளில் குறைந்தது பதினான்கு அல்லது பதினைந்து கன்றுகளை ஈனுகின்றன. காளைகளிடம் இருந்து பசுவுக்கு செல்லும் சக்தி... புதுப்பிக்கப்படக்கூடியது. அதற்கு பதிலாக, அவை கேட்பது... மனிதர்களுக்குத் தேவைப்படாத தவிடு, பிண்ணாக்கு போன்றவற்றைத்தான். நெல், கம்பு, சோளம், தினை, சாமை என்று மனிதர்களுக்குத் தேவையான உணவுப் பொருட்களை உற்பத்தி செய்வதற்கு பேருதவி செய்கின்றன காளைகள். அறுவடைக்குப் பிறகு எஞ்சும் புல்லையும், வைக்கோலையும்தான் அதற்கு ஈடாகப் பெற்றுக்கொள்கின்றன.

'பிறருக்குக் கொடுத்தது போக எஞ்சியதை மட்டுமே உண்டு வாழ்ந்த மன்னர்களும் தமிழகத்தில் இருந்திருக்கிறார்கள்' என்கிறது சங்க இலக்கியம். பிறருக்கு உணவளித்து எஞ்சியதை உண்டு நிறைவடைவதுதான் உயர் பண்பு என்பதை உணர்த்துவதற்காகத்தான் தமிழகக் கோயில்களில் காளைகளை (நந்தி) உட்கார வைத்திருக்கிறார்கள்.

பிறந்தக் கன்றுகள் பசியாறுவதற்குத் தாய்ப்பசுவிடம் பால் சுரக்கிறது. கருவில் இருக்கும்போது தனது ரத்தத்தையே தொப்புள்கொடி மூலம் ஊட்டி வளர்க்கிறது பசு. கருவுற்று இருக்கும்போது சுரக்காத பால், கன்று ஈன்றவுடனே சுரப்பது எப்படி? பசுவின் பிரசவத்தின்போதே கருப்பையில் 'விலங்கின வளர்ச்சி ஊக்கி' (Bovine growth hormone) எனும் சுரப்பு சுரக்கிறது. இது, ரத்த ஓட்டத்தில் கலந்து மடியை அடையும்போது ரத்தம் பாலாக மாறுகிறது. பிறந்தக் கன்று தாய் மடியைத் தேடிப் பற்றுகிறது.

'இயற்கை ஒருபோதும் தவறு செய்வதில்லை. உடல் ஒருபோதும் தனது கடமையைச் செய்யத் தவறுவதில்லை' என்று சொல்வார் 'மருந்தில்லா மருத்துவ மேதை' உமர் ஃபாரூக். ஆனால், தவறு செய்வதெல்லாம் சிந்திக்கத் தெரிந்த விலங்குகளான நாம்தான்.

பி.டி. புகழ் மான்சான்டோ கம்பெனி செய்திருக்கும் இந்த விஷயத்தைத் தெரிந்துகொண்டால்... அந்த உண்மை உங்களுக்குப் புரியும். அமெரிக்காவில் கோடிக்கணக்கான டாலர் செலவில் மருந்து தொழிற்சாலை ஒன்றை ஆரம்பித்தது மான்சான்டோ. பால் உற்பத்தியைக் கூட்டுவதற்காக பசுக்களுக்கு ஊசி மூலம்

விகடன் பிரசுரம்

செலுத்தத்தக்க மருந்தைத்தான் அங்கு தயாரித்தார்கள். அதைக் குத்திய பிறகு பால் உற்பத்தி உயர்ந்தது! அது எப்படி?

நாம் முன்பு பார்த்த அதே விலங்கின வளர்ச்சி ஊக்கியை மருந்தாக தயாரித்து ஊசி மூலம் பசுவுக்கு செலுத்தியபோது, பால் உற்பத்தி கூடியது. ஆனால், அந்தத் தொழிற்சாலை ஆரம்பிக்கப்பட்ட

எந்நாடுடைய இயற்கையே போற்றி!

ஐந்து ஆண்டுகளிலேயே ஊசி போட்டுக் கறந்த பாலை தெருக்களில் கொட்டிப் போராட்டம் நடத்தினார்கள் அமெரிக்கர்கள்.

இயற்கையில் மாடு உண்ணுகின்ற தீவனம் வயிற்றில் செரித்து ரத்தமாக மாற்றப்பட்டு மடியில் பாலாக மாறுகிறது. இயற்கையாக சுரக்கும் ஒரு ஹார்மோனை ஊசி மூலம் பசுவின் உடலுக்குள் செலுத்தும்போது... சதை கரைந்து, ரத்தமாக மாறி அது பாலாக மாற்றப்படுகிறது. அதனால் பசுவின் ஆயுள் குறைந்தது. இதைப் பற்றியெல்லாம் கவலைப்பட்டுக்கொண்டு அமெரிக்கர்கள் போராடினார்கள் என்று நினைத்துவிடாதீர்கள். அந்தப் பாலைக் குடித்த ஆண்களுக்கு மார்பு பருத்தது... பெண்கள் எட்டு, ஒன்பது வயதிலேயே பூப்பெய்தினார்கள். பாலைக் கொட்டிப் போராட்டம் நடத்துவதற்கு அடிப்படையாக இருந்தவை இந்தக் காரணங்கள் தான்.

இந்திய தேசிய பால் உற்பத்திக் கழகம்... இந்தியாவின் பால் உற்பத்தியைப் பெருக்குவதற்காக மான்சான்டோ கம்பெனி தயாரிப்பான விலங்கின வளர்ச்சி ஊக்கியை இறக்குமதி செய்ய அரசிடம் அனுமதி கேட்டது. உடனே விஞ்ஞானிகள் குழுவை, பால் உற்பத்தியில் பெயர்பெற்ற டென்மார்க் நாட்டுக்கு அனுப்பினார்கள். அங்கு போய்வந்த விஞ்ஞானிகள், 'டென்மார்க்கில் ஊசி போட்டுக் கறந்தப் பால் சாப்பிட்ட குழந்தைகள், ஒன்பது வயதில் பூப்பெய்துகின்றனர். பெண்களுக்கு மாதவிலக்குக் கோளாறுகள் ஏற்படுகின்றன. நமக்கு அது வேண்டவே வேண்டாம்' என்று அறிக்கை அளித்தனர்.

அப்படியிருந்தும் மான்சான்டோவின் ஊசி மருந்து இந்தியாவுக்குள் புகுந்தது. இங்கும் பெண் குழந்தைகள் குறைந்த வயதிலேயே பூப்பெய்துகிறார்கள்.

'நாகரிக வளர்ச்சி' என்ற பெயரில் வியாபாரம் ஒன்றையே குறிக்கோளாகக் கொண்டு செயல்பட்டுவரும் ஒரு கூட்டம்... அமெரிக்காவைவிட பல படிகளுக்கு மேலே இந்தியாவை உயர்த்திப் பிடித்துக்கொண்டு இருக்கிறது - இயற்கையை சீரழித்தபடி!

3

உழவனின் நண்பன் நுண்ணுயிர்கள்!

'செயற்கை அறிந்தக் கடைத்தும் உலகத்(து)
இயற்கை யறிந்து செயல்' (637)
- குறள்.

ஆஸ்திரேலியப் பேராசன் 'பில் மொல்லிசன்' ஒரு முறை, மலைவாழ் மக்கள் தலைவனிடம், "சமவெளிப் பகுதியில், டிராக்டர் வைத்து, ரசாயன உரங்களைக் கொட்டி, ஆழ்குழாய் கிணறு மூலம் நீர் எடுத்து, பூச்சிக்கொல்லி தெளித்து விவசாயம் செய்யும் பண்ணையாருக்கும், மழை நேரத்தில் கோலால் துளையிட்டு, அதில் விதை போட்டு பெரு விரலால் மூடும் உனக்கும் என்ன வேறுபாடு?" என்று கேட்டார்.

அதற்கு, "நாங்கள் இயற்கைத் தாயிடம் இருந்து பாலை மட்டும் குடிக்கிறோம். பண்ணையார்,

எந்நாடுடைய இயற்கையே போற்றி!

இயற்கைத் தாயின் முலையையே அறுத்து ரத்தம் குடிக்கிறார்!" என்று பதில் சொன்னான் மலைவாழ் மக்களின் தலைவன்.

இயற்கையைத் தாயாகப் பாவிப்பதும், தாயைப் பேணிப் பாதுகாத்து, தாய் மடியில் குழந்தையாகப் படுத்துக் கிடந்து இன்பம் அனுபவிப்பதும் காட்டு மிராண்டித்தனமாம். ஆனால், இயற்கையை சின்னாபின்னமாக்கி, உணவை நஞ்சாக்கி அதை உண்டு வாழும் மக்களை நோயாளியாக்கி, அவர்களுக்காக வானுயரத்தில் மருத்துவமனைகளைக் கட்டி லாபம் சம்பாதிப்பது நாகரிக வளர்ச்சியாம்.

ஐந்து சென்ட் நிலத்தில் விளைந்ததை இருபதால் பெருக்கி அதை இரண்டரையால் வகுத்து, ஒரு ஹெக்டர் நிலத்தில் இவ்வளவு விளைந்திருக்கிறது என்று விளம்பரம் செய்து விழா நடத்தும் ஆடம்பரமெல்லாம்... இனி உலகுக்கு உணவளிக்க முடியாது என்று அனைவரும் உணர்ந்துவிட்டனர். மனித சமுதாயம் தன்னை அழிவில் இருந்து காப்பாற்றிக்கொள்ள வேண்டுமானால், நீடித்து நிலைத்த உணவு உற்பத்தித் தேவை.

நீரும் நிலமும் உணவு உற்பத்திக்கு அடிப்படை. எப்படிப்பட்ட நிலம் இருந்தால் உற்பத்தி தொடரும்?

நாஞ்சில் நாட்டைப் பற்றிப் பாடியிருக்கும் தேசிக விநாயகம் பிள்ளை, 'சிறகு கொண்டு குழந்தை உடலில் தடவும்போது, குழந்தை சிலிர்த்துக் குதூகலிப்பதுபோல, நாஞ்சில் நாட்டு உழவர்கள் கலப்பை என்ற சிறகைக்கொண்டு நில மகளுக்குக் கிச்சுகிச்சு மூட்டும்போது அவள் மெய் சிலிர்த்து பெருவிளைச்சலைத் தருகிறாள்' என்றிருக்கிறார். அப்படி ஓர் உயிரோட்டமுள்ள நிலம் இருந்தால், உற்பத்தித் தொடரும்.

மசானபு ஃபுகோகாவின் 'ஒற்றை வைக்கோல் புரட்சி' என்ற புத்தகத்தை நமது உழவர்கள் வாங்கி திரும்பத் திரும்பப் படிக்க வேண்டும். பச்சைப் புரட்சியால் தீமை என்று தெரிந்ததுமே, தனது பணியைத் துறந்து, தந்தையின் நிலத்தில் ஆராய்ச்சியைத் தொடங்கினார். குறுகியகாலப் பயிரான குள்ள ரக நெல்லைத் தூக்கி தூரப்போட்டு, நீண்டநாள் பயிரான பாரம்பரிய விதையைக்

விகடன் பிரசுரம்

கையில் எடுத்தார். அது உயரமாக வளரும்போது களை கட்டுப்படுகிறது. அதற்கு ரசாயன உரம் தேவை இல்லை. உரம் இடாத நிலத்துக்கு நீரைத் தேக்க வேண்டியதில்லை. நீர் தேங்காத

எந்நாடுடைய இயற்கையே போற்றி!

நிலத்தில் நுண்ணுயிர்கள் (பாக்டீரியா, பூஞ்சை, காளான்) பெருகுகின்றன. மண்புழுக்கள் ஓய்வு ஒழிச்சல் இல்லாது நிலத்தை உழுகின்றன என்பதைப் பார்த்த ஃபுகோகா, அவரது நிலத்தில் ஒரு தேக்கரண்டி மண்ணில், பத்து லட்சம் நுண்ணுயிர்கள் இருப்பதையும் கண்டுபிடித்தார்.

அந்த நுண்ணுயிர்கள்தான், வைக்கோலை எருவாக மாற்றுகின்றன. மண்ணிலும் நீரிலும் உள்ள சத்துகளைத் தாவரங்கள் எடுத்துக்கொள்ளும் வகையில் மாற்றித் தருகின்றன. நிலத்தில் நுண்ணுயிர்கள் பெருகினால்தான், பூமியானது மீண்டும் மீண்டும் உற்பத்தியைப் பெருக்கும் சக்தியைப் பெறும்.

ஜீவன் என்ற ஃபிரெஞ்சுக்காரர், 'உழவர், தனக்கும் மண்ணுக்கும் உணவு உற்பத்தி செய்ய வேண்டும். நிலத்துக்குக் கரிமப்பொருள்தான் உணவு' என்று சொல்லி இருக்கிறார். 'செடி, மண்ணில் இருந்து உணவை எடுப்பதில்லை; பச்சை இலைகள், சூரிய ஒளியின் மூலம் ஸ்டார்ச் தயாரிப்பதுதான் ஒளிச்சேர்க்கை' என்று நாம் மூன்றாம் வகுப்பிலேயே படித்துவிடுகிறோம். ஒளிச்சேர்க்கைக்குக் காற்றும் தேவை. நிலம் நன்கு விளைய கரிமப்பொருட்களும் நிறைய தேவை. ஆதலால், பயிர்ச்சுழற்சியில் அதிகம் வைக்கோல் தட்டை தரக்கூடிய ஒரு பயிர் கட்டாயம் இருக்க வேண்டும்.

மசானபு ஃபுகோகா வைக்கோலையே (பழைய ரகம்) நிலத்துக்கு அளித்தார். தமிழக உழவர்கள் வைக்கோலை மாட்டுக்கு அளித்து மாட்டு எருவை நிலத்தில் இட்டார்கள். நிலம் தொடர்ந்து விளைய நிறைய வைக்கோல் தேவை. வைக்கோல் போர் உயர, நீண்டநாள் விளையும் பாரம்பரிய விதைகள் தேவை.

4

திருவள்ளுவரின் தெளிப்பு நீர்ப்பாசனம்!

'மன்னன், எப்படி மக்களைக் காப்பாற்றுகிறானோ, அதேபோல வானத்தில் இருந்து சுரக்கும் மழை மக்களைக் காப்பாற்றுகிறது' என்ற அர்த்தம் தொனிக்கும் வகையில் *'மாமழை போற்றுதும்! மாமழை போற்றுதும்!* என்று 1,800 ஆண்டுகளுக்கு முன்னரே சிலப்பதிகாரத்தில் பாடி வைத்திருக்கிறார் இளங்கோவடிகள்.

சிலப்பதிகாரம் எழுதப்படுவதற்கு முன்னரே, *'வளர்வதன் பாத்தியுள் நீர் சொரிந் தற்று'* (வளரக்கூடிய பயிருக்கு மேல் இருந்து நீர் தெறித்ததுபோல) என, 'அவையறிதல்' அதிகாரத்தில் சொல்லி வைத்திருக்கிறார், திருக்குறளைப் படைத்த வள்ளுவர்.

சொட்டு நீர், தெளிப்பு நீர் என்று நீர்ச் சிக்கனம் பற்றிப் பேசுபவர்களுக்கு இந்தக் குறள் கைக்

எந்நாடுடைய இயற்கையே போற்றி!

கொடுக்கும். அதேபோல, களையைக் கட்டுப்படுத்திய பிறகுதான் நீர்ப் பாய்ச்ச வேண்டும் என்றும் சொல்லி வைத்திருக்கிறார் வள்ளுவர். ஆக, நீரை மேலிருந்து சொரிந்தால், நிலத்தில் நீர் இறங்கினால், நிலம் முழுவதிலும் உள்ள செடி - கொடிகள் செழிக்கும். அங்கு, பல்லுயிர் ஓம்பும். அதனால் வாழ்க்கை மலரும். இப்படிப்பட்ட வாழும் கலை, 3,000 ஆண்டுகளுக்கு முன்னதாகவே இருந்திருக்கிறது.

சோழ மண்டலத்தில் கி.பி.900 முதல் கி.பி.1,200-ம் ஆண்டு வரைக்கும் உள்ள இடைப்பட்ட காலங்களில், மூன்று மா நிலத்தில் (ஒரு ஏக்கர்) 4,800 முதல் 7,200 கிலோ வரை நெல் விளைந்து இருக்கிறதாம். தென்னாற்காடு மாவட்டத்தில் கி.பி.1,100-ம் ஆண்டில் செதுக்கப்பட்ட ஒரு கல்வெட்டில், மூன்று மா நிலத்தில் (ஒரு ஏக்கர்) 5,800 கிலோ நெல் விளைந்ததாகச் சொல்லப்பட்டு இருக்கிறது. ராமநாதபுரத்தில் கி.பி.1325-ம் ஆண்டு செதுக்கப்பட்டு இருக்கும் ஒரு கல்வெட்டில், மூன்று மா நிலத்தில் (ஒரு ஏக்கர்) 8,000 கிலோ விளைந்ததாகச் சொல்லப்பட்டு இருக்கிறது.

சுமார் 2,000 ஆண்டுகளுக்கு முன்பு, கரிகாற்சோழன் காலத்தில் மூன்று மா நிலத்தில் (ஒரு ஏக்கர்) 4,200 கிலோ நெல் அறுவடை செய்துள்ளதாக சொல்லப்பட்டு இருக்கிறது. பாரதப்போர் நடந்த காலகட்டத்தில், 'உதியஞ்சேரலாதன் பாண்டவர்களுக்கும், கௌரவர்களுக்கும் சாப்பாடு கொடுத்தான்' என்று முடிநாகராயர் பாடியிருக்கிறார். இவையெல்லாம் நமது சரித்திரமும் இலக்கியங்களும் கூறும் தகவல்கள்.

ஆனால் இன்றைய நிலை?

பச்சைப் புரட்சி காலத்தில் இருந்தே (1965) அரிசி, கோதுமை, எண்ணெய் வித்துக்கள், பருப்பு... என அனைத்தையும் நாம் இறக்குமதி செய்துகொண்டு இருக்கிறோம். இயற்கையிலேயே சத்தோடுகூடிய தானியங்கள் எல்லாம் கண்ணில்கூட சிக்காமல் மறைந்துகொண்டு இருக்கின்றன. ஏரிகள் முள் காடாகவும் (விருதுநகர் மாவட்டம் நீங்கலாக), நிலங்கள் சரள் மேடாகவும் அல்லது களர் பாலையாகவும் மாறி வருகின்றன.

இயேசு பிறப்பதற்கு 3,700 ஆண்டுகளுக்கு முன்பே உழவாண்மை செழித்து இருந்த பூமி இது. இந்த பூமியில் இறக்குமதி செய்யப்பட்ட ஐரோப்பா உள்ளிட்ட மேற்குலக நாடுகளின் கலாசாரம், நம் வாழ்வாதாரத்தையெல்லாம் சிதைத்துவிட்டது. நம்மவர்களில் பலரும் பெருமையோடு பேசிக்கொண்டு இருக்கும் மேற்குலக நாடுகளின் உழவு பற்றிய ஆராய்ச்சி, மிக சமீபத்திய காலத்தைச் சேர்ந்ததுதான்.

கி.பி.1563-ம் ஆண்டில் பேலிசி என்பவர், 'செடிகளைக் கொளுத்தும்போது கிடைக்கின்ற சாம்பல்தான், செடிகள் மண்ணில் இருந்து எடுத்தவை' என்று எழுதினார்.

கி.பி.1561 முதல் 1624-ம் ஆண்டு வரை உள்ள இடைப்பட்ட காலத்தில் வாழ்ந்த ஃபிரான்சிஸ் பேக்கன், 'தண்ணீர்தான் செடிக்கு ஆகாரம்' என்றார். அதே காலகட்டத்தில் ஜான் பேப்டிஸ்ட்ஸ் ஹெல்மான் என்ற மருத்துவரும் இதை ஆமோதித்தார். கி.பி.1627 முதல் கி.பி.1691-ம் ஆண்டு வரை வாழ்ந்த ராபர்ட் போயல், 'மண்ணில் உள்ள தாதுக்களும் காற்றில் உள்ள கரிக்காற்றும் செடி வளர்ச்சிக்குத் தேவை' என்ற முந்தைய முடிவுகளோடு, 'செடி வளர்ச்சிக்கு உப்பு, சாராயம், மண், எண்ணெய் எல்லாம்

எந்நாடுடைய இயற்கையே போற்றி!

ஜஸ்டஸ் வான் லைபிக்

தேவைப்படுகிறது. அவை தண்ணீரிலேயே காணப்படுகின்றன' என்று சொல்லி இருக்கிறார்.

ஜெர்மானிய விஞ்ஞானி, ஜஸ்டஸ் வான் லைபிக் (Justus von Liebig) வெளியிட்ட ஆராய்ச்சி முடிவில் இருந்துதான் சிக்கலே தொடங்கி இருக்கிறது. லைபிக், 1840-ம் ஆண்டில் வெளியிட்ட 'உழவாண்மை வேதியியல்' என்ற புத்தகத்தில், 'கரியமிலக் காற்று, மண்ணில் உள்ள மட்கில் இருந்து வரவில்லை; காற்றில் இருந்து வருகிறது. சேற்றில் இருந்து சில வேதிப்பொருட்கள் செடிக்குத் தேவைப்படுகின்றன. எந்த வேதிப்பொருள் குறைவாக இருக்கிறதோ... அதுவே விளைச்சலைத் தீர்மானிக்கிறது' என்று பச்சைப் பொய் ஒன்றைச் சொல்லி இருக்கிறார். அவர்தான், மண்வளத்தைக் கெடுத்துக் கொண்டு இருக்கும் 'N.P.K.' *(தழை, மணி, சாம்பல் சத்து)* என்று பெருமையாகப் பேசப்படும் விஷயத்துக்கு வித்திட்டவர்.

பிரிட்டிஷ் இந்தியாவில் இருந்த மெக்காலே பிரபுவின் வாரிசுகள், ரசாயனங்களை இறக்குமதி செய்ய ஏற்பாடுகள் செய்தனர். தவிர, 'மாவட்ட சாகுபடித் திட்டம்' என்று தொடங்கி, 30 ஆண்டுகளில் இந்தியக் கடலோரங்களில் 100 ரசாயனத் தொழிற்சாலைகள் உரங்களை உற்பத்தி செய்து குவித்தன. விளைவு... கணக்கிலடங்கா நோய்கள், இயற்கை மாசுபாடுகள், நாடெங்கிலும் வறுமை, பட்டினிச் சாவுகள்... இப்படி சொல்லிக்கொண்டே போகலாம்.

நின்று, கவனித்து சரியான பாதையைத் தேர்வுசெய்ய வேண்டிய பொறுப்பு நம்மிடம்தான் இருக்கிறது.

5

இயற்கையாகவே வளர்வதுதான் நோய் எதிர்ப்புச் சக்தி!

'**பி**டித்துக் கொல்... பிடுங்கி அழி...' (Catch and kill, Pull and destroy) - நான் வேளாண் கல்லூரியில் படித்த சமயத்தில், எங்கள் பேராசிரியர்கள் இந்த வசனத்தை எங்களிடம் அடிக்கடி சொல்வார்கள். அதாவது, பூச்சியாக இருந்தால் பிடித்துக் கொன்றுவிட வேண்டும். நோய் வந்தால் செடியைப் பிடுங்கி அழித்துவிட வேண்டும்.

இது அவர்களின் சொந்தக் கருத்தல்ல... ஆங்கிலேயர்கள் நம் நாட்டை ஆண்ட காலத்தில், அவர்களுடைய விஞ்ஞானிகள் இங்கே பதியம் போட்டுச் சென்றவற்றில் இதுவும் ஒன்று. அவை, நமது விஞ்ஞானிகளின் மூளைகளை இன்னமும் ஆக்கிரமித்துக்கொண்டு இருக்கின்றன என்பது தான் வேதனை!

துவரைச் செடி...

பொதுவாக மிளகாய், தட்டை, தக்காளி, துவரை... போன்ற செடிகளை வைரஸ் தாக்குவது உண்டு. அப்படித் தாக்கப்பட்ட செடியின் இலைகள், சிறுத்து ரோசாப் பூ போல அடுக்கடுக்காக காட்சி அளிக்கும். இதனை 'சிற்றிலை நோய்' என்றும் சொல்வர். உயிருள்ள நிலையிலும், உயிரற்ற நிலையிலும் வாழும் திறன் வைரஸுக்கு இருப்பதால், அது தாக்கியச் செடியைக் காப்பாற்று வதற்கு வழி இல்லை. அதனால்தான் நோய் தாக்கியச் செடிகளை அகற்றி, வேலிக்கு வெளியில் போட்டு மண்ணெண்ணெய் ஊற்றி தீ வைக்கச் சொல்கிறார்கள். அப்படிச் செய்யாவிட்டால், மற்ற செடிகளுக்கும் நோய் தொற்றிவிடும் என்றும் பயமுறுத்துவார்கள். ஆனால், இயற்கை வழி விவசாயிகள் இதை ஒப்புக்கொள்வதில்லை. மனிதர்களானாலும் சரி, தாவரங்களானாலும் சரி, அவர்களைப் பொருத்தவரையில் நோய் தொற்று என்பதே கற்பனையான விஷயம்தான்.

என்ன அதிர்ச்சியாக உள்ளதா? ஆனால், அதுதான் உண்மை!

ஒரு முறை இயற்கை மருத்துவர் வெள்ளிமலையுடன் பேசிக்கொண்டு இருந்தேன். அப்போது, 'நோயுற்றவர்கள், தண்ணீர் குடிக்க வேண்டுமா..? வெந்நீர் குடிக்க வேண்டுமா?' என்று என்னிடம் கேள்வி எழுப்பினார். நான், 'நோயுற்றவர்களுக்கு சுட வைத்து ஆற வைத்தத் தண்ணீரைத்தான் குடிக்கத் தருகிறார்கள்' என்றேன்.

மீண்டும் அவர், 'தண்ணீரைச் சுட வைக்கும்போது என்ன நடக்கிறது?' என்றார். 'தண்ணீரில் உள்ள கண்ணுக்குத் தெரியாத கிருமிகள் இறந்துபோகின்றன' என்றேன்.

அவர் விடவில்லை. 'செத்துப்போன கிருமிகள் அப்போது தண்ணீரில்தானே இருக்கும்... அப்படியானால், கிருமிகள் உள்ள தண்ணீரைக் குடிப்பது நல்லதா? கிருமிகளின் பிணங்கள் உள்ள தண்ணீரைக் குடிப்பது நல்லதா?" என்றார்.

என்னால் பதில் சொல்ல முடியவில்லை. தொடர்ந்து விளக்கிய வெள்ளிமலை, 'அம்மை அல்லது காலராவுக்காக தடுப்பூசிகள் போடப்படும்போது, நோயை உண்டு பண்ணக்கூடிய கிருமிதான் சிறிய அளவில் உடலுக்குள் செலுத்தப்படுகிறது. அந்தக் கிருமி உடலுக்குள் புகுந்ததும் பெருகி, அங்கே ஏற்கெனவே இருக்கும் நோய்க்குக் காரணமானக் கிருமிகளுடன் போரிட்டு, அவற்றை வெளியே அனுப்புகின்றன. இதேபோலதான் தண்ணீரிலும். கிருமிகள் உள்ள தண்ணீரைப் பருகும்போது உடலில் எதிர்ப்புச் சக்தி வளருகிறது. கிருமியைக் கொன்ற பிறகு எதிர்ப்பாற்றல் வளராது அல்லவா?' என்றார்.

தொடு மருத்துவத்தைக் கையில் எடுத்து இருக்கும் இன்னொரு மருத்துவர், முற்போக்கு எழுத்தாளர் உமர் ஃபாரூக். அவருடைய புத்தகத்தில் இருந்து வரலாற்றுக் குறிப்புகள் சிலவற்றைப் பார்ப்போம்.

டாக்டர். ஆண்டனி பீச்சாம், மிக நுண்ணிய உயிர்கள் மனித உடலில் இருப்பதை, ஓர் ஆய்வின்போது கண்டுபிடித்தார். அவற்றுக்கு 'மைக்ரோ சைமாஸ்' என்று பெயரிட்டார். இதையடுத்து, 1864–ம் ஆண்டு லூயி பாஸ்டர் என்பவர், 'ஒவ்வொரு கிருமியும் ஒவ்வொரு நோயை ஏற்படுத்தும் சக்தி படைத்தது. இவை காற்று, நீர் போன்றவை மூலமாக உடலினுள் நுழைகின்றன' என்று அறிவித்தார். ஆனால், முதலில் கிருமிகளைக் கண்டுபிடித்த ஆண்டனி பீச்சாம், இதை முற்றிலுமாக மறுத்தார். 'ஒரு மாமிசத் துண்டை காற்றுப் புகாத கண்ணாடிப் பெட்டியில் வைத்தால், பல மணி நேரங்கள் கழித்து அது அழுகி நோயுற்று கிருமிகளுடன் காணப்படுகிறது. காற்றின் வழியே கிருமிகள் வருகின்றன என்றால், காற்றே புகாத இந்தப் பெட்டிக்குள் எப்படி கிருமிகள் வந்தன' என சவால் விடுத்தார் பீச்சாம்.

'உடலில் தேங்கி இருக்கும் கழிவுப்பொருட்களில் இருந்துதான் கிருமிகள் உருவாகின்றன. இவை, கழிவுகளை உணவாக உட்கொண்டு உடலுக்கு நன்மை செய்கின்றன. ஒரு கட்டத்தில் கழிவுகள் தீர்ந்தால், கிருமிகள் தானே அழிந்துவிடுகின்றன' என்று சில டாக்டர்கள் விளக்கம் அளித்தார்கள்.

டாக்டர் ரேடர்மண்ட் விஸ்கான், அம்மைக் கிருமிகளை அதிகளவில் ஊசி மூலம் ஏற்றிக்கொண்ட போதும், அவர் உடலில் எந்தவிதத் தீய விளைவும் ஏற்படவில்லை. 1892-ம் ஆண்டு டாக்டர் பெட்டின் காப்பர் என்பவர், கிருமிகளை தன் உணவில் கலந்து உட்கொண்டபோதும் ஒரு பாதிப்பும் ஏற்படவில்லை. லூயி பாஸ்டர் மரணப் படுக்கையில் இருந்தபோது, 'உடல்தான் எல்லாமே. கிருமிகள் ஒன்றுமில்லை' என்று தன்னுடைய முந்தைய ஆய்வுகளுக்கு எதிரான கருத்தை அவரே வெளியிட்டார்.

அந்த மாதிரியான சமயத்தில்தான், சாமுவேல் ஹானிமன் என்பவர், 'கிருமிகளால் நோய்கள் வருவதில்லை' என்று சொல்லி, ஹோமியோபதி மருத்துவத்தை உலகுக்கு அறிமுகப்படுத்தினார். ஆனாலும், 'கிருமிகளால்தான் நோய் வருகிறது' என்று பயமுறுத்தி, இன்னமும் காலாவதியாகிப்போன கோடிக்கணக்கில் மதிப்புள்ள ரசாயன நச்சு வில்லைகளை (மாத்திரைகளை) விற்றுக்கொண்டுதான் இருக்கிறார்கள்.

வேளாண்மைக் கல்லூரியில் படித்து, விவசாயிகளுக்குத் தவறான ஆலோசனையை வழங்கிவந்து, பின் இயற்கை விவசாயத்துக்கு மாறியவர் எட்வர்டு எச்.ஃபால்ட்னர். பல ஆண்டுகளாக இயற்கை வேளாண்மை செய்துவரும் இவர், 'மண் புனரமைப்பு' என்ற புத்தகத்தை எழுதியுள்ளார். அதில்,

ஃபால்ட்னரின் தோட்டத்து வழியாகச் சென்ற விவசாயி ஒருவருக்கும் ஃபால்ட்னருக்கும் இடையே நடந்த உரையாடல் இப்படி எழுதப்பட்டு இருக்கிறது.

விவசாயி: மற்றவர்கள், பீன்ஸ் செடியில் பூச்சிகளை ஒழிக்க நஞ்சுகளைத் தெளிக்கிறார்களே, நீ ஏன் தெளிக்கவில்லை?

ஃபால்ட்னர்: என்னுடையச் செடிகளில் பாதிப்பு இல்லை.

விவசாயி: வண்டு, உன்னுடையத் தோட்டத்துக்கு மட்டும் வரவில்லையா?

ஃபால்ட்னர்: வண்டு வருகிறது. என்னுடையச் செடியை உண்பதற்கு வண்டுக்கு பிரியம் இல்லை. அதனால் திரும்பிப் போய்விடுகிறது.

இதற்கு என்ன காரணம் என்று இருவரும் ஆராய்ந்தபோது, 'இயற்கை வழி சாகுபடி மூலம் நிலத்தில் தாது உப்புக்கள் அதிகரிப்பதால், பூச்சிகளுக்குப் பிடிக்கவில்லை. ஆனால், தழைச் சத்துக்காக, ரசாயன உப்புக்களைக் கொட்டும்போது தாது உப்புக்கள் குறைவதால், பூச்சிகள் விரும்பி உண்கின்றன' என்று கண்டுபிடித்திருக்கிறார்கள்.

இன்று 'வானகம்' இயற்கை வேளாண் பண்ணையிலும் இதேபோன்று ஒரு நிகழ்வை பார்க்கிறோம். மேட்டுப் பாத்திகளில் நிறைய மூடாக்குகளை இட்டு கத்திரி மற்றும் மற்ற செடிகளையும் கலப்பாக பயிரிட்டோம். அவற்றில் ஒரு கத்திரிச் செடியில் 'சிற்றிலை நோய்' வந்தது. அதனைப் பிடுங்கினால், மற்றச் செடிகளுக்கு நோய் எதிர்ப்பாற்றல் வராமல் போய்விடுமென்று, பிடுங்காமல் அப்படியே விட்டுவிட்டோம்.

எதிர்பார்த்தது போலவே நடந்தது. பக்கத்துச் செடிகளுக்கு நோய் தொற்றவில்லை. இன்னும் கண்காணித்துக்கொண்டு இருக்கிறோம். இதேபோல்தான் துவரையிலும். இந்த நிலங்களை இயற்கை வழிக்கு மாற்றி ஓராண்டுகூட ஆகவில்லை. மேட்டுப்பாத்தி, கழிவுகள், மூடாக்கு, இயற்கை இடுபொருட்கள், பல்வகைச் சூழல் என அனைத்தும் சேர்ந்து செடிகள் அனைத்தும் ஆரோக்கியமாக இருக்கின்றன.

6

ஒரு ஏக்கர் நிலம்...
அரை கிலோ மண்...
துல்லியப் பரிசோதனை?

இயற்கையைப் புரிந்துகொள்வதில் அடிப்படையிலேயே தவறு நடக்கும்பட்சத்தில், அதற்காகத் தீட்டப்படும் திட்டங்களிலும் கண்டிப்பாகத் தவறுகள் இருக்கத்தான் செய்யும். அந்த மாதிரியான தவறான திட்டங்களில் ஒன்றுதான் மண் பரிசோதனைத் திட்டம்.

'உழவுத் தொழிலில் விஞ்ஞானத்தைப் புகுத்துகிறோம்' என்ற பெயரில், ஏகப்பட்ட மண் பரிசோதனைக் கூடங்கள் நிறுவப்பட்டுள்ளன. மண்ணைப் பரிசோதனை செய்து, அதில் உள்ள தனிமங்களின் அளவுகளைச் சுட்டிக்காட்டி, பயிர்களுக்குக் குறிப்பிட்ட தனிமங்களைக் குறிப்பிட்ட விகிதத்தில் இடவேண்டும் என்று பரிந்துரையும் செய்கிறார்கள்.

முழுமையாக இயற்கை வழியில் உழவுத் தொழில் செய்து, அதில் உயர் விளைச்சலை

எடுக்க முடியும் என்பது தற்போது நிரூபிக்கப்பட்டுவிட்ட விஷயம். இயற்கை வழியில் பயிர் செய்பவர்கள், மண்ணை சோதிப்பதும் இல்லை; சோதனை அடிப்படையில் இடுபொருட்களைக் கொட்டுவதும் இல்லை. அவர்கள், மண்ணில் உள்ள நுண்ணுயிர்களுக்கும் பேருயிர்களுக்கும் தீனி கொடுப்பதை மட்டும்தான் செய்கிறார்கள்.

ரசாயன விஞ்ஞானிகள் அதிகம் பரிந்துரை செய்வது, தழைச்சத்து (நைட்ரஜன்) உரத்தைத்தான். ஆனால், இந்த நைட்ரஜன் வாயு, அண்டவெளியிலும் மண்ணிலும் சேர்த்து 78% உள்ளது. தாவர, விலங்குக் கழிவுகளை மட்டும் நிலத்தில் சேர்த்தால் போதும். அதிலுள்ள நுண்ணுயிர்கள் காற்றில் உள்ள நைட்ரஜனை வேரிலோ அல்லது வேருக்குப் பக்கத்திலோ சேர்த்துவிடும் என்பது இயற்கை விவசாயிகளுக்கு நன்றாகவே தெரியும்.

ஒரு ஏக்கர் நிலத்தில் 18 சென்டிமீட்டர் ஆழத்துக்கு உழும்போது கிட்டத்தட்ட ஒன்பது லட்சம் கிலோ மண் புரட்டப்படுகிறது.

ஆனால், மண்ணியல் நிபுணர்களோ தோட்டத்தில் அரைக் கிலோ மண்ணை ஆய்வுக்கூடத்துக்கு எடுத்துச் சென்று, அதில் ஒன்று அல்லது இரண்டு தேக்கரண்டி மண்ணைத் தண்ணீரில் கரைத்து சோதனை செய்து, துல்லியமாக ஒரு முடிவைச் சொல்கிறார்கள்.

'இது எப்படி ஒரு ஏக்கர் நிலத்துக்கும் பொருந்தும்?' என்று கேட்டால், 'பொருந்தும்' என்பது மட்டுமே பதிலாக இருக்கிறது!

உலகில் எதுவுமே துல்லியமானதாக இல்லாதபோது, மண் பரிசோதனை மட்டும் எப்படி துல்லியமாக இருக்கும். எத்தனை தடவை சோதனை செய்தாலும், எதையும் துல்லியமாகக் கண்டுபிடிக்க முடியாது என்பதுதான் உண்மை.

'ஒரு செடியில், ஒரு தனிமம் நிறைய சேமிக்கப்படலாம். ஆனால், மண்ணில் இருப்பது அறியப்படாமல் இருக்கலாம். காரணம், மிகச் சிறு அளவில் மண்ணில் உள்ள தனிமங்கள் சோதனையாளர் ஆய்வுக்குள் அடங்குவதில்லை' என்று, மண் ஆய்வாளர் ஒருவர் கூறியிருக்கிறார்.

ஆய்வாளர்களின் கூற்றுப்படி, ஆறு அங்குல ஆழத்தில் இருந்துதான் தாவர வளர்ச்சிக்குத் தேவையான தாதுக்கள் கிடைக்கின்றன என்றால், ஆழமாக வேர்விட்டு ஓங்கி வளரும் தாவரங்களுக்கு எங்கிருந்து இந்தத் தாது உப்புகள் கிடைத்திருக்கும்?

நிலத்தில் 100 அடிக்குக் கீழே உள்ள தண்ணீர்கூட, சில சமயங்களில் 'தந்துகி'கள் (capillary) வழியாக மேல் நோக்கி வருகின்றன. அப்படி வரும் தண்ணீர், தாது உப்புக்களையும் கரைத்துக்கொண்டு வருகிறது. அதன் மூலமாகத்தான் மரங்களுக்குத் தேவையான சத்துகள் கிடைக்கின்றன. அதனால்தான் காடுகளில் உள்ள மரங்கள் செழித்து வளர்ந்து நிற்கின்றன. அதனால்தான் மேல் மண்ணைச் சோதிப்பவர்களின் ஆய்வில் தாது உப்புக்கள் புலப்படுவதில்லை.

ஃபிஜி தீவில் கரும்புத் தோட்டத்தில் கங்காணியாக வேலை பார்த்த வேளாண் பட்டதாரியான 'நார்மன் கார்யூ', 'மண்ணில் தாவர, விலங்குக் கழிவுகள் மட்கிய நிலையில் இருந்தால், மண்ணின் மேற்பரப்பில் 'வெடியம்' உட்பட எல்லாத் தாது உப்புக்களும் வந்து விடுகின்றன' என்று சொல்லி இருக்கிறார்.

ரசாயன விவசாயியான 'எட்வர்டு ஃபால்க்னர்' எழுதிய 'மண்ணில் புத்துயிர்ப்பு' எனும் நூலில், 'ரசாயனத்தை நிறுத்திவிட்டு, நிலத்தில் கழிவுகளை மட்டுமே போடத் தொடங்கி, நான்கு ஆண்டுகளில் பெரிய அளவில் விளைச்சல் கிடைக்கவில்லை. ஐந்தாவது ஆண்டில் ஒரு ஏக்கரில் 21 டன் தக்காளிப் பழம்

விளைந்தது. அந்த நான்கு வருடங்களில் ரசாயன உப்புக்களைக் கொட்டி நான் விளைச்சல் எடுத்திருக்க முடியும். ஆனால், கெடுக்கப்பட்ட நிலம் மீண்டும் தன்னைப் புதுப்பித்துக்கொள்ள முடியும்! என்பதை நிரூபிக்க முடியாமல் போயிருக்கும்' என்று தன் அனுபவத்தைச் சொல்லி இருக்கிறார்.

அமெரிக்க வேளாண் துறை, 1948-ம் ஆண்டு வெளியிட்ட ஆண்டு மலரில் வெளியிட்டிருந்த சில விஷயங்கள் உங்கள் பார்வைக்கு:

✦ அயோடின் பற்றாக்குறையால் கழுத்துப் பகுதியில் கழலை வருவது யாவரும் அறிந்ததே. மணற்பாங்கான நிலங்களில் அயோடின் பற்றாக்குறை காணப்படுகிறது. களி நிலங்களில் அயோடின் பற்றாக்குறை காணப்படவில்லை. அமில நிலங்களில் செடிக்கு அயோடின் எளிதாகக் கிடைத்துவிடுகிறது. உவர் நிலங்களில் அவ்வளவு எளிதாகச் செடிகளால் அதை எடுக்க முடிவதில்லை.

✦ தாவர மட்கு அதிகம் உள்ள இடங்களில் அயோடின் பற்றாக்குறை இல்லை.

✦ சுண்ணாம்பு இடப்பட்ட நிலத்தில் காப்பர் சல்பேட் இடுவதால் காப்பரின் அளவு உயரவில்லை. இதிலிருந்து, உவர் நிலங்களில் செடிகளுக்குக் கிட்டும் வடிவத்தில் அது இல்லாமல் இருக்கலாம் எனத் தெரிய வருகிறது.

✦ மண்ணில் உள்ள மாங்கனீசுக்கும் செடியில் உள்ள மாங்கனீசுக்கும் சம்பந்தமே இல்லை. மண்ணில், கிட்டும் நிலையில் (Available Form) மாங்கனீசு இல்லாமல் இருக்கலாம். குறிப்பாக, களர் நிலத்தில் இது மிகவும் பொருந்தும்.

✦ அமில நிலமானாலும் உவர் நிலமானாலும் மண்ணில் இருப்பதைப் பொருத்தே செடியிலும் 'மாலிப்டினம்' காணப்படுகிறது. களர் நிலத்தில் உள்ள செடி, அதிகமான மாலிப்டினத்தை எடுத்துக் கொள்கிறது. சில செடி இனங்கள், கூடுதலாகவும் எடுத்துக் கொள்கின்றன. அமெரிக்காவில் மாடுகளில் மாலிப்டினம் நஞ்சு கலந்திருப்பது கண்டறியப்பட்டுள்ளது.

✦ தாவர, விலங்குக் கழிவுகளை நிலத்தில் இடும்போது இயற்கையிலேயே அமிலங்கள் சுரக்கின்றன. இப்படிச் சுரக்கின்ற அமிலங்களால் செம்பு, அயோடின், மாங்கனீசு போன்ற தனிமங்கள் செடிக்குக் கிடைக்கின்றன. மாடுகளில் காணப்படும் மாலிப்டினம் நஞ்சும் மறைகிறது.

7

பயிர்ப் பாதுகாப்புக்கு எது தேவை?

சிவகங்கை மாவட்டம், காளையார்கோவில் பேருந்து நிலையத்தில் 2004-ம் ஆண்டு நடந்த ஒரு கூட்டத்தில் பேசிவிட்டு, மேடையிலிருந்து இறங்கினேன். என்னை எதிர்கொண்ட வேளாண் துறை அதிகாரி ஒருவர், ஒரு நூலை என் கையில் கொடுத்தார்.

'ஃப்ரெண்ட்ஸ் ஆஃப் காட்டன் ஃபார்மர்ஸ்' (Friends of cotton Farmers) என்பது அந்த நூலின் தலைப்பு. அதன் பொருள்... பருத்தி விவசாயிகளின் நண்பர்கள். 'நூலைப் படித்துப் பார்த்துவிட்டுப் பேசுங்கள்' என்று அந்த அதிகாரி சொன்னார்.

அவர் வேறு யாருமல்ல... இன்று இயற்கை ஆர்வலர்கள் அனைவரும் அறிந்திருக்கும் இயற்கை உயிரியல் நிபுணர் நீ.செல்வம்தான்.

அவரும் இன்னும் இரண்டு விஞ்ஞானிகளும்

விகடன் பிரசுரம்

இணைந்து எழுதிய நூல் அது. நூல் முழுவதும் இரை மீது தாவும் நன்மை செய்யும் பூச்சிகளின் வண்ணப்படங்கள் நிரம்பி வழிந்தன. தமிழகம் மற்றும் ஆந்திர மாநில வேளாண் துறை ஆணையர்கள் அந்த நூலுக்கு வாழ்த்துரை வழங்கி இருந்தார்கள்.

'இந்தியாவின் மொத்த சாகுபடிப் பரப்பில் 5 முதல் 10% வரை பருத்தி பயிரிடப்படுகிறது. ஆனால், ஒட்டுமொத்தப் பயிர்களுக்கும் பயன்படுத்தப்படும் பூச்சிக்கொல்லியில் 55% பருத்தியில்தான் தெளிக்கப்படுகிறது. இப்படி உழவர்கள் தாறுமாறாக நஞ்சைத் தெளிப்பதால் நிலம், நீர், காற்று மாசுபடுவது மட்டுமல்லாமல், உயிரினப் பன்மயமும் அழிகிறது' என்ற விஷயம்தான் அந்த நூலில் விரிவாகச் சொல்லப்பட்டு இருக்கிறது.

ஐக்கிய நாடுகள் சபையின் உணவு-உழவுத் துறை அதிகாரியாக இருந்த, டாக்டர். பழனிச்சாமி பச்சாக் கவுண்டர், அந்த நூலுக்காக எழுதியிருந்த அணிந்துரையில், 'பருத்தி பயிராகும் நிலத்தில் 150 வகையான உயிரினங்கள் வாழ்கின்றன. அவற்றில் 10 வகைப்பட்ட உயிர்கள் மட்டுமே செடியின் பாகங்களைச் சிதைக்கின்றன. 100 வகைப்பட்ட உயிரினங்கள் நன்மை பயக்கின்றன. எஞ்சிய 40 உயிரினங்கள் நன்மையோ தீமையோ செய்வதில்லை. 'ரசாயனப் பூச்சிக்கொல்லிகள் இல்லாமல் பருத்தியைப் பயிர் செய்ய முடியாது' என்று சொல்பவர்கள், 'உயிர்ச்சூழல்' இயல்பு அறியாதவர்களாக இருப்பார்கள் அல்லது வேறு ஏதோ

எந்நாடுடைய இயற்கையே போற்றி!

காரணத்தினால் இப்படிச் சொல்கிறார்கள்' என்று சூடாகக் குறிப்பிட்டு இருந்தார்.

அந்த நூலை முழுவதும் படித்து முடித்தவுடனேயே எனக்கு செல்வத்தின் மீது பற்றும் நெருக்கமும் ஏற்பட்டன. 'பூச்சிகளைக் கொல்வது மட்டுமேதான் 'பயிர் பாதுகாப்பு' என்று பார்ப்பது அபத்தமானது' என்ற உண்மையை செல்வம் அடிக்கடி சொல்வார்.

இன்னொரு சமயம் கொடைக்கானலில் நடந்த ஒரு கருத்தரங்கில், தோட்டக்கலை உதவி அதிகாரி ஒருவர், தோட்டக்கலைப் பயிர்களுக்கு பூச்சிக்கொல்லி தெளிப்பது பற்றி பேசிக்கொண்டு இருந்தார். அதில் பங்கேற்ற வெளிநாட்டுக்காரர் ஒருவர் எழுந்து, "பூச்சிகளைக் கொல்லாவிட்டால் என்ன?" என்று கேட்டார்.

"பூச்சிகள், இலைகளைத் தின்றுவிடும். பிறகு, செடி செத்துவிடும்" என்று பதில் சொன்னார் அந்த அதிகாரி.

உடனே, அந்த அதிகாரியை அழைத்துக்கொண்டு ஒரு தோட்டத்துக்குள் புகுந்தார், அந்த வெளிநாட்டுக்காரர். நாங்களும் பின்தொடர்ந்தோம். அங்கு ஒரு தேக்கு மரத்தை அவர் சுட்டிக்காட்டி, "இதன் இலைகளில் புழு ஓட்டை போட்டு இருக்கிறது. அதனால், இந்தத் தேக்கு மரம் செத்துப் போகுமா?" என்று வெளிநாட்டுக்காரர் கேட்டார். முகம் சிறுத்துப்போன அந்த அதிகாரி, "இந்த மரம் சாகாது..." என்று தயங்கித் தயங்கிச் சொன்னார்.

இயற்கை விவசாயிகள் பலரும்கூட, செடியைத் தின்னும் பூச்சிகளை, தங்களுடைய உணவாக்கிக்கொள்ளும் தட்டான், சிலந்தி ஆகியவை மட்டுமே நன்மை செய்யும் பூச்சிகள் என்று எண்ணுகிறார்கள். ஆனால், இயற்கை விவசாய ஆசான் 'மசானபு ஃபுகோகா' எல்லாப் பூச்சிகளையுமே நண்பர்களாகத்தான் பார்த்தார். ஆக, தாவரங்களைத் தின்னும் பூச்சிகள் நமது நிலத்தில் வாழ்வது இன்றியமையாதது ஆகிறது.

அப்படியானால் பயிர்ப் பாதுகாப்பு என்பது என்ன?

செடியின் இயல்பை உழவர் அறிந்திருப்பது மிகவும் முக்கியம். ஒவ்வொரு நாளும் ஒவ்வொரு நிமிடமும் செடி தனது பகைவர்களிடம் இருந்து தன்னைக் காத்துக்கொள்ள போராடிக் கொண்டுதான் இருக்கிறது. வேகமாக வீசும் காற்றால் கிளை முறியும்போது முறிந்த இடத்தில் ஒருவித மெழுகு சுரந்து பூச்சிகளோ, கிருமிகளோ உட்புகாமல் தடுத்துக்கொள்கிறது. அதேபோல, இலையைப் பூச்சிக் கடிக்கும்போது இலையில் ஒருவிதத் திரவம் சுரந்து பூச்சிக்குப் பசி எடுப்பதைத் தடுக்கிறது.

ஒரு செடியைத் தாக்கி நோய் பரப்பும் பூச்சி, பக்கத்தில் உள்ள வேறொரு வகைச் செடிக்கும் அந்த நோயைக் கொண்டுபோய் சேர்க்கிறது. உதாரணமாக, தக்காளி, மிளகாய், கத்திரி... போன்ற பயிர்களை 'சிற்றிலை நோய்' தாக்குகிறது. இது, வைரஸ் மூலம் பரவுகிறது.

தக்காளி பயிர் செய்யும்போது ஊடுபயிராக மிளகாய், கத்திரி... போன்றவற்றை ஊடுபயிராக பயிரிட்டால் தக்காளியில் உள்ள சிற்றிலை நோய் ஊடுபயிர்களையும் தாக்கும். இந்த வகை பயிர்களை நாம் அடையாளம் கண்டுவைத்துக் கொண்டு அவற்றை ஒரே பருவத்தில் ஒன்றாகப் பயிர் செய்வதைத் தவிர்க்கலாம். அதே சமயம், ஒரு செடியில் தாக்கிய நோய், தன்னைத் தாக்காமல் எதிர்த்து நிற்கும் செடிகளை அடையாளம் கண்டு ஒன்றாகப் பயிர் செய்யலாம்.

ஒவ்வொரு தாவரமும், தன்னுள் நடக்கும் வளர்சிதை மாற்றத்தை தானே கண்காணித்துக் கொள்கிறது. மண் கெட்டிப்பட்டுப் போனால், அதில் நுண்ணூட்டப் பற்றாக்குறை ஏற்படுகிறது. அந்த மண்ணில் வளரும் செடி, பூச்சித்தாக்குதலுக்கு உள்ளாகிறது. தாவர வளர்ச்சிக்குத் தண்ணீர் அடிப்படை தேவை. தண்ணீர்ப் பற்றாக்குறை தாவரத்தின் வளர்ச்சியை பாதிப்பதைப்போல தண்ணீர் மிகுதியும் அதனை பாதிக்கும்.

அமில நிலத்தில் வாழப் பழகியச் செடிகள்... களர் நிலத்திலும், களர் நிலத்தில் வாழப் பழகியச் செடிகள்... அமில நிலத்திலும் சரியாக வளராமல் வாடிப்போகின்றன.

தொடர்ந்து எரு இடுவதும், மூடாக்கு இடுவதும் மண்ணின் நீர்பிடிப்புத் திறனையும் நீர் வடிதிறனையும் உயர்த்துவதோடு, மண்ணின் கார அமிலத்தன்மையையும் சமன்படுத்துகிறது.

அநேக வகையான பூச்சிகள், மனிதர்களுக்கு நேரடியாகப் பயன்தராமல் இருக்கலாம். ஆனால், அவை மறைமுகமாகப் பயன் தரக்கூடும். அதுபோலான பூச்சிகளை வரவேற்பதற்காக சிறு பூக்கள் மலரக்கூடிய செடிகளை ஓரப் பயிர்களாகவும் ஊடுபயிர்களாகவும் செய்ய வேண்டும். முள்ளங்கி மற்றும் கடுகு குடும்பத்தைச் சேர்ந்த செடிகள் இதற்கு மிகவும் பொருத்தமானவை. நிலத்துக்கு இடப்படும் மூடாக்குகூட அறுவடைக்குப் பிறகு, பூச்சிகள் மறைந்து வாழ்வதற்குப் பயன்படும். பூச்சிகள், பயிர்களை அழிப்பது நமக்குத் துயரமான விஷயம்தான். அதற்காக உடனே நஞ்சைக் கையில் எடுப்பது, இயற்கையைப் புரிந்துகொள்ளாமல் செய்யும் தவறாகும்!

8

கூட்டாளிச் செடிகளைக் கண்டுகொள்வோம்!

ஒன்றுக்கொன்று ஒவ்வாதத் தாவரங்கள் இருப்பதுபோல, கூட்டாளித் தாவரங்களும் பல உண்டு. அவற்றைப் பற்றி அறிந்துகொள்ள வேண்டுமென்றால், நாள் முழுவதும் நிலத்தில் இறங்கிப் பணிபுரிய வேண்டும். அப்போதுதான் செடிகளைப் புரிந்துகொள்ள முடியும்.

இந்தக் கூட்டாளித் தாவரங்களில் ஒரு தாவரம் மற்றொன்றுக்கு பல வகைகளில் உதவியாக இருக்கிறது. முருங்கைப் போத்தை நடும்போது, கூடவே ஒரு சோற்றுக் கற்றாழையையும் நடுவார்கள். சோற்றுக் கற்றாழைக்கு கரையானைக் கட்டுப்படுத்தும் ஆற்றல் இருக்கிறது. முருங்கைக்கு மட்டுமல்ல. எந்த மரக்கன்றை நடவு செய்யும் போதும் சோற்றுக் கற்றாழையைக் கூடவே நட்டு வைக்கலாம்.

விகடன் பிரசுரம்

நான் களக்காடு பகுதியில் பணியாற்றியபோது, அங்கே ஒரு பண்ணையை உருவாக்கி இருக்கிறேன். அதை உருவாக்கிய சமயத்தில் அங்கு அதிக தண்ணீர்ப் பற்றாக்குறை நிலவியது. ஒரு சமயம் தென்னை நடவு செய்துகொண்டு இருந்தபோது, அங்கு வந்த உழவர் ஒருவர், "தென்னைக்கு இருபுறமும் இரு வாழைகளையும் சேர்த்து நடுங்கள்" என்றார்.

"இங்கு இருக்கும் தண்ணீர் தென்னைக்கே போதாது. இந்நிலையில் வாழை வேறா?" என்று நான் பதிலுக்குக் கேட்டேன்.

அந்த உழவர் சொன்னார், "தண்ணீர்ப் பிரச்னை என்பதால்தான் வாழை நடவு செய்யச் சொல்கிறேன். வருவாய்க்காக அல்ல வாழை; அது தன் தண்டில் சேர்த்து வைத்திருக்கும் நீரை, கோடை காலத்தில் தென்னைக்கும் கொடுக்கும்" என்றார்.

இவைதான் கூட்டாளித் தாவரங்கள்.

வீட்டுத் தோட்டம் போடும்போது ஒரே குழியில் அவரை, புடலை இரண்டையும் விதைப்பது வழக்கம். புடலை விரைவாக

எந்நாடுடைய இயற்கையே போற்றி!

வளர்ந்துவிடும். அவரை மெதுவாக வளரும். இங்கு குறுகியகாலப் பயிரும் நீண்டகாலப் பயிரும் கலந்துள்ளதால் இவற்றுக்கு இடையில் போட்டியில்லை.

வெண்டை பயிரிடும்போது இரண்டு வெண்டைச் செடிகளுக்கு இடையில் கொத்தவரையை விதைப்பார்கள். கொத்தவரை, நைட்ரஜனை உள்வாங்கும் தன்மை உடையது. இவை இரண்டும் உட்கொள்ளும் தனிமங்கள் வேறுபடுவதால் இவற்றுக்கு இடையில் போட்டியில்லை.

கரூர், ஈரோடு மாவட்டங்களில் மஞ்சள் தோட்டங்களில் கருஞ்செம்பை அல்லது சிற்றகத்தியைச் சேர்த்துப் பயிர் செய்வார்கள். கருஞ்செம்பை, வெயிலைத் தணிக்கும்; வேரில் நைட்ரஜனைச் சேமிக்கும். தவிர, தீவனமாகவும் பயன்படும். இங்கு நன்மை பலமுனைப்பட்டு இருக்கிறது.

பிரேசில் நாட்டினர் மரவள்ளி மற்றும் மக்காச்சோளப் பயிர்கள் நீர்பற்றாக்குறை காரணமாக வாடிவிடுவதைத் தவிர்க்க, பூனைக்காலியை ஊடுபயிராகப் பயிரிடுகிறார்கள். பூனைக்காலி, வறட்சியைத் தாங்கி வளரக்கூடிய அவரைக் குடும்பத்தைச் சேர்ந்த செடி. பீன்ஸ், நிலக்கடலை, கொண்டைக்கடலை, குத்துத்தட்டை, குத்து அவரை ஆகிய பயிர்கள் அவரைக் குடும்பச் செடிகள். இவை மற்றச் செடிகளின் வேர்களுடன் போட்டி போடுவதில்லை. அதனால் இவற்றை அனைத்துப் பயிர்களிலும் ஊடுபயிராகப் பயிரிடலாம்.

இதேபோல வேலிமசால், தக்கைப் பூண்டு, சணப்பு, சீமை அகத்தி, நரிப்பயறு, பனிப்பயறு, கல்லுப்பயறு, கொள்ளு போன்ற பயிர்களையும் கலப்புப் பயிராகப் பயிரிடலாம்.

புன்செய் நிலங்களில் நமது முன்னோர்கள் ஒரு பாகத்துக்கு ஒரு வரிசை துவரை விதைத்தார்கள். இரண்டு துவரை வரிசைக்கு இடையில் பச்சைப்பயறு, உளுந்து, எள்ளு, கொள்ளு, தினை, நிலக்கடலை அனைத்தையும் கலந்து விதைத்தார்கள். முதல் மூன்று மாதத்தில் துவரைச் செடியில் வளர்ச்சி மிகவும் மெதுவாக இருக்கும். மூன்று மாதத்துக்குப் பின்பு, துவரை விரைவாக இலைக் குடையை வளர்த்து, சூரிய ஒளி முழுவதையும் பயன்படுத்திக் கொள்ளும். இங்கு, வளர்ச்சிப் பண்பு கணக்கில் கொள்ளப்படுகிறது. இதே உத்திதான் கரும்பு மற்றும் பருத்திப் பயிர்களில் உளுந்தை ஊடுபயிராக விதைப்பதிலும் கடைப்பிடிக்கப்படுகிறது.

கர்நாடகாவில் சுரேஷ் தேசாய் என்பவர், கரும்பு அறுவடைக்குப் பின்பு தோகையை எரிக்காமல் மூடாக்காகப் போட்டு வந்தார். அதனால் பூமி நன்கு வளமானதும், இரண்டு கரும்பு வரிசைகளுக்கு

இடையில் உள்ள இடைவெளியை ஒன்பது அடியாகக் கூட்டி, அதில் கம்பு அல்லது கோதுமையைப் பயிர் செய்ய ஆரம்பித்து விட்டார். 'கரும்புக்கான மொத்த செலவும் ஊடு பயிரிலேயே கிடைத்துவிடுகிறது. சர்க்கரை எங்களுக்கு போனஸ் வருவாய்தான்' என்கிறார் சுரேஷ் தேசாய்.

மகாராஷ்டிரா மாநிலம் விதர்பா பகுதியில் ஒரு மூலையில் உள்ளது, வார்தா மாவட்டம். இங்குள்ள உழவர்கள், 35 வகை பயிர்களைப் பயிரிடுகிறார்கள். நடுப்பகுதியில் நவதானியப் பயிர்கள், ஒரு பாகத்துக்கு ஒரு வரிசையாக துவரை மற்றும் பருத்தி, விளிம்பில் முருங்கை, ஆமணக்கு, மிளகாய், புளிச்சக் கீரை, மக்காச் சோளம் என்று பயிரிட்டுத் தொடர்ந்து அறுவடை செய்து வருகிறார்கள்.

கூட்டாளிச் செடிகளில் துவரை, ஆமணக்கு போன்றவற்றை 'பம்ப் செடிகள்' என்று அழைக்கிறார்கள். இவை ஆழமான வேர் ஒன்றை மண்ணுக்குள் இறக்கி நீரை மேலேற்றுகின்றன. அப்போது பக்கத்தில் உள்ள செடிகளுக்கும் ஈரம் கிடைக்கிறது.

இப்படி ஆயிரமாயிரம் விஷயங்களை அள்ளிக்கொடுக்கிறது இயற்கை. அதையெல்லாம் நாம் பயன்படுத்தி பலன் பெற வேண்டுமென்றால், முயற்சி அவசியம். வயல்வெளிச் சோதனையில் இறங்கி, இதுபோன்ற கூட்டாளிச் செடிகளை அடையாளம் கண்டுகொள்ள வேண்டியது ஒவ்வொரு விவசாயியின் கடமை.

9

அலைந்து திரிந்தால் அண்டாது நோய்!

இருபதாம் நூற்றாண்டில்தான் அறிவியல் பெருமளவில் வளர்ச்சி கண்டிருக்கிறது. குறிப்பாக, வேதியியல், மனித நலம், கால்நடை வளர்ப்பு, பயிர்த் தொழில் ஆகிய துறைகள் குறிப்பிட்டு சொல்லும்படியான வளர்ச்சியை அடைந்து இருக்கின்றன என்பது மறுக்க முடியாத உண்மை.

ஆனாலும், மண், செடி, விலங்குகள் போன்றவற்றில் இன்னமும் அவிழ்க்கப்படாதப் புதிர்கள் தொடர்ந்துகொண்டுதான் இருக்கின்றன. அதற்கு முக்கியமான காரணம், இந்த மூன்றுக்கும் மனிதர்களுக்கும் இடையே பிரித்துப் பார்க்க முடியாதபடி உறவுகள் பின்னப்பட்டு இருக்கின்றன என்பதை, நம்மால் புரிந்துகொள்ள முடியவில்லை என்பதுதான்.

ஆரம்ப காலங்களில் 'இயற்கை, தன்னைத்தானே சீரமைத்துக்கொள்ளும்; பூமி முழுவதையும் கிருமிநாசினி தெளித்து சுத்தம் செய்வது சாத்தியம் இல்லாத விஷயம்' என்று இயற்கை சார்ந்த வாழ்க்கையில் அமெரிக்கர்களும் நம்பிக்கைக் கொண்டவர்களாகத்தான் இருந்தார்கள்.

அதனால்தான் பால் மாடுகளைக் குப்பைக்கூளங்கள் பரப்பப்பட்ட பட்டிகளில் நிறுத்தி வைத்தார்கள். அவற்றைப் பால் கறப்பதற்கு மட்டும் சிமென்ட் தளம் போடப்பட்ட கொட்டகைக்குக் கொண்டுவந்து, கறவை முடிந்தபின் கொட்டகையை சுத்தமாகக் கழுவிவிடும் பழக்கத்தைக் கொண்டிருந்தார்கள். அமெரிக்காவில் சிமென்ட் தரை அதிகக் குளிராக இருப்பதால், குளிர்காலத்தில் பசுக் கொட்டில்களின் தரைகளில் வைக்கோலைப் பரப்பி வெப்பம் ஏற்றுவார்கள். அதுபற்றிய சோதனையில், சிமென்ட் தரையைவிட மண் தரையில் வைக்கோலையும் மாட்டுச் சாணத்தையும் பரப்பிய இடத்தில் வெப்பம் 30% கூடுதலாக இருந்ததையும் அறிந்து இருந்தார்கள்.

அந்நாட்டு உழவர்கள், தங்களையே பசுவாகப் பாவித்துக் கொண்டு பசுக்களைப் பற்றி ஆழ்ந்து சிந்தித்தனர். அப்போது, ‘அவற்றுக்கு ஒரே வகையான உணவு மட்டுமே கொடுக்கப்படுகிறது. தேவைக்கேற்ப மாற்று உணவுக்கு வழி இல்லை. குளிர் மிகுந்த சிமென்ட் தரையில் ஆறு மாதம் படுத்து எழுந்திருக்க வேண்டும்’ என்ற பசுக்களின் கஷ்டங்களைப் புரிந்துகொண்டார்கள். இதே நம்பிக்கைதான் கோழி வளர்ப்பிலும் இருந்தது.

காலப்போக்கில், ‘வருமுன் காப்போம்’ என்ற கொள்கையைக் கையில் எடுத்துக்கொண்டு, தடுப்பூசிகளையும், கிருமிநாசினிகளையும் கண்டுபிடிக்கும் முயற்சியில் ஈடுபட்டு அவற்றை சந்தைக்கும் கொண்டுவந்தது அமெரிக்கா. பல நாடுகளும் அவற்றைப் பயன்படுத்த தொடங்கின. அவை சில நேரங்களில் நன்றாகவே செயல்பட்டாலும், பல நேரங்களில் அவற்றால் விளைந்த தீமைகள்தான் அதிகமாக இருந்தன.

புரியாத நோய் அனைத்துக்கும் ‘வைரஸ் தொற்று’ என்று பெயர் வைத்தார்கள். நுண்ணோக்கி வழியாகப் பார்க்க முடியாதக் கிருமிகளுக்குக்கூட ‘மருந்து கண்டுபிடிக்கப்பட்டுவிட்டது’ என்று மார் தட்டினார்கள். ஆனால், ஏதேனும் உடல்நலக் குறைவு, சமச்சீர் உணவு இல்லாமை, தாது உப்புப் பற்றாக்குறை... போன்றவற்றால்தான் பல நோய்கள் வருகின்றன என்று பின்னர்தான் கண்டுபிடித்தனர்.

அப்படி இருந்தும், அந்நாட்டு நவீனக் கால்நடை மருத்துவர்கள், ‘கோழிகளை ஒரே இடத்தில் மேயவிடக்கூடாது. அடைத்து வைத்துப் பாதுகாப்பாக வளர்க்க வேண்டும். கொட்டகைகளில் ஆண்டுக்கு இரு முறை கிருமிநாசினிகள் தெளிக்க வேண்டும்’ என்றெல்லாம் போதித்தார்கள்.

இதை எல்லாம் மதக் கடமைகளைப் போல கடைப்பிடித்த பெரிய பெரிய பண்ணையாளர்களுக்கு, ஏகப்பட்ட பாதிப்புகள் வந்தன. பல்வேறு பாதிப்புகளுக்கு ஆளான பிறகுதான் அந்தப் பண்ணையாளர்கள், ‘பெரும் அளவில் பணம் செலவழித்து, தீங்கை விலைக்கு வாங்கிக்கொண்டோம்’ என்று உணர்ந்தார்கள்.

இதுபற்றி இன்னோர் உதாரணமும் அந்த நாட்டிலேயே சொல்லப்பட்டு இருக்கிறது. அங்கு போர்க்காலங்களில் முட்டைக் கோழி, கறிக்கோழி போன்றவற்றைக் கொட்டகைகளில் அடைத்து வளர்த்தவர்கள், கோழிகளுக்கு வந்த கழிச்சல், வலிப்பு நோயால் பெருமளவில் பாதிக்கப்பட்டார்கள். தவிர, கோழிகளுக்குள் நடந்த சண்டையாலும் ஒன்றை ஒன்று கொத்திக்கொண்டு பல இழப்புகள்

ஏற்பட்டன. அதை சரி செய்வதற்காக பல நிபுணர்கள் விதவிதமான யோசனைகளைச் சொல்லி வந்தார்கள்.

'எத்தைத் தின்றால் பித்தம் தெளியும்' என்ற கணக்காக குஞ்சு வாங்கும் இடங்களைக்கூட மாற்றிப் பார்த்தார்கள். தவிர, கோழிகள் கொத்திக்கொள்ளாமல் இருக்க, அலகுகளில் உறை மாட்டினார்கள். கண்களுக்கு வண்ணக் கண்ணாடிகளை அணிவித்தார்கள். வீட்டின் ஜன்னல் கதவுகளுக்கு சிகப்பு வண்ணம் பூசினார்கள். ஆனாலும், பிரச்னைகள் மட்டும் தீர்ந்தபாடில்லை.

அதேசமயத்தில், அடைக்கப்படாமல் அலைந்து, திரியும் வகையில் வளர்க்கப்பட்ட கோழிகள், முட்டை இட்டுக் குஞ்சுகளைப் பொரித்து நன்கு வளர்ந்தன. அவற்றுக்கு ஒரு நோயும் வரவில்லை. சண்டைக்குச் சென்ற சேவல்கள் சண்டையில்தான் மடிந்தனவே தவிர, நோய் தாக்கவில்லை. நாய், நரியால் பிடிக்கப்பட்டோ, கோழிகள் வயதாகியோ மடிந்தனவே தவிர, நோயால் இறக்கவில்லை. இதேபோல சில பெரிய வீடுகளில் அலைந்து, திரிந்து வளர்க்கப்பட்ட வான்கோழிகளுக்கும் எந்தவிதமான நோய்த் தொற்றும் வரவில்லை. கிருமிநாசினியும் தெளிக்கப்படவில்லை.

இவ்வளவுக்கும் பிறகுதான் ஒரு விஞ்ஞானி மிகுந்த நம்பிக்கையில், "காப்புரிமை பெற்ற தீவனங்களைக் கோழிக்குக் கொடுக்காதீர்கள். உங்கள் பண்ணையில் விளைந்த ஓட்ஸ் மற்றும் மக்காச்சோளத்தைக் கொடுங்கள். குதிரைமசால் செடியைக் கட்டித் தொங்கவிடுங்கள். செம்பு, கோபால்ட், மாங்கனீசு உள்ளிட்ட தாதுஉப்புக் கலவையைச் சட்டியில் நிரப்பி வையுங்கள். கிளிஞ்சலைப் பொடி செய்து ஒரு மூலையில் வையுங்கள்" என்று பண்ணையாளர்களிடம் சொன்னார்.

அந்த விஞ்ஞானி, 'கால்நடைகளுக்கு என்ன தேவை என்று கல்லூரிப் பேராசிரியர்கள் அறிந்து வைத்திருப்பதைவிட... கோழி, பன்றி மற்றும் பசுக்கள் தமக்கு என்ன தேவை என்பதை நன்றாகவே அறிந்து வைத்திருக்கும்' என்று ஆணித்தரமாக நம்பினார். அதனால்தான், "தேவையானவற்றை அவற்றின் முன்பு வைத்து விட்டால், அவையே எடுத்துக்கொள்ளும்" என்று சொன்னார். அந்த விஞ்ஞானியின் நம்பிக்கைதான் மிக நல்ல விளைவுகளை ஏற்படுத்தின. அவைதான், இன்றளவிலும் கால்நடை வளர்ப்பில் கடைப்பிடிக்கப்பட்டு வருகின்றன.

10

கூடுதலாக முட்டைப் போடும் 'குப்பைக் கோழிகள்'!

இரண்டாம் உலகப்போர் சமயத்தில், பலரும் இறைச்சிக் கோழிகளையும், முட்டைக் கோழிகளையும் வளர்த்து வந்தார்கள். அந்தப் பண்ணைகளில் பெருமளவில் நோய்கள் தாக்கி கோழிகள் இறந்துபோயின என்று பார்த்தோம்.

அதே சமயத்தில் ஒரு பண்ணையாளர் குழுவினரும் இறைச்சிக்காக, முட்டைக்காக என இரண்டு வகையான கோழிகளையும் அன்போடு வளர்த்து வந்தனர். இவர்களின் கோழிகளுக்கும் கழிச்சல், வலிப்பு போன்ற அனைத்து நோய்களும் வந்தன.

மருத்துவர்களின் உதவியை நாடாமல், அவர்களே தங்கள் கோழிகளுக்கான உணவுகளை ஆராய்ந்தபோது, 'புரதம், வைட்டமின் பற்றாக்குறையால்தான் நோய்கள் வருகின்றன' என்று கண்டுபிடித்தார்கள்.

உடனடியாகக் கோழிகளைத் தனித்தனியாகப் பிரித்து வைத்து தானியங்களையும், கிளிஞ்சல்களையும், இலைகளையும் தீவனமாகக் கொடுக்கத் தொடங்கினர். அதன் பின்பு பலவித நோய்களும் கொஞ்சம் கொஞ்சமாக விலகி, முட்டை உற்பத்தியும் இருபது சதவிகிதம் அதிகரித்தது. தீவனச் செலவும் வெகுவாகக் குறைந்தது. இதைக் கண்ட அவர்கள் மிகுந்த சந்தோஷம் அடைந்தார்கள்.

அதோடு அந்தப் பண்ணையாளர்கள் மாட்டுச்சாணியை சாப்பிடும் பன்றிகள் நன்கு கொழுப்பதை அறிந்து வைத்திருந்தார்கள். அதனால் யதார்த்தமாக கோழிகளுக்கு பசுஞ்சாணியைத் தின்னக் கொடுத்தபோது, கோழிகள் ஒன்றையொன்று கொத்துவதைக்கூட நிறுத்திவிட்டன.

11

ஆச்சரியமூட்டும் அமெரிக்க ஆராய்ச்சி!

'**கோ**ழிகளை, குப்பைகள் பல விதங்களில் காப்பாற்றுகின்றன' என்பது பற்றி கடந்த அத்தியாயத்தில் பார்த்தோம். கிட்டத்தட்ட அதேபோன்ற இன்னொரு நிகழ்வை இப்போது பார்ப்போம்.

அமெரிக்க தேசத்தில், ஒஹையோ மாநிலத்தில் 'மலபார்' (ஆங்கிலேயர்களின் ஆட்சிக் காலத்தில், கேரளத்தில்கூட ஒரு பகுதிக்கு இந்தப் பெயர் சூட்டப்பட்டு, இன்றளவும் அதே பெயர் இருந்து வருகிறது) என்று ஒரு பகுதி உள்ளது. அங்கு, பண்ணை ஆராய்ச்சிகளைத் தொடர்ந்து நடத்தி, அதன் முடிவுகளை நூல்களாக வெளியிடுவார்கள்.

அப்படி வெளியிடப்பட்ட ஒரு நூலில் உள்ள செய்தியை, அதன் ஆசிரியரின் வார்த்தைகளிலேயே பார்ப்போம்.

"ஓர் ஆராய்ச்சிக்காக மலபார் பகுதிக்குச் சென்றோம். அங்கு பல பண்ணைகள் முடங்கிக் கிடந்தன. சில பண்ணைகள் வீட்டுமனைகளாக மாறி இருந்தன. இயங்கிக்கொண்டு இருந்த ஒருசில பண்ணைகளைக்கூட எந்த விவசாயியும் குத்தகைக்கு எடுத்துக்கொள்ளத் தயாராக இல்லை. அப்படிப்பட்ட நான்கு பண்ணைகள் எங்கள் கைவசம் வந்தன.

ஆரம்ப காலங்களில், அதாவது அமெரிக்காவை வெள்ளையர்கள் ஆக்கிரமிக்கும் முன்பு அது (மலபார்) செழிப்பான பகுதியாகத்தான் இருந்தது. விண்ணைத் தொடும் உயரத்துக்குப் பருத்த மரங்கள் சூழ்ந்து இருக்கும். கோடை காலத்தில்கூட பசுமையாகக் காட்சி அளிக்கும். தரையிலிருந்து ஓர் அடி உயரத்துக்குத் தாவர மட்குகள் மெத்மெத்தென்று இருக்கும்.

எந்நாடுடைய இயற்கையே போற்றி!

அங்கு குடியேறிய மனிதர்கள், பல்வேறு காரணங்களுக்காக கொஞ்சம் கொஞ்சமாக மரங்களை வெட்ட ஆரம்பித்தனர். மரங்களை அழித்து தீ மூட்டி விட்டு அந்த இடங்களில் விவசாயத்தைத் தொடங்கியபோது... அந்த பூமி வளம் கொழிக்கும் பூமியாக இருந்தது. மூன்று, நான்கு தலைமுறைகள் எந்தவித ரசாயன உரத்தையும் பயன்படுத்தாமலே அமோக விளைச்சலை எடுத்தார்கள். பிறகு கொஞ்சம் கொஞ்சமாக விளைச்சல் சரியத் தொடங்க, அந்தப் பண்ணைகளுக்கு அழிவுகாலம் ஆரம்பமாகி, கேட்பாரற்றுக் கிடந்தன.

எங்கள் கைக்கு வருவதற்கு முன், ஏறத்தாழ 130 ஆண்டுகள் அந்த நிலங்களில் தவறான உத்திகள் கையாளப்பட்டதால்தான் அத்தகைய பாதிப்பு ஏற்பட்டு இருக்கிறது. மரங்கள் மட்டுமே இருந்தபோது, அவற்றின் வேர்கள் 20 அடி ஆழம் வரை அந்த சரளை பூமியைத் துளைத்துக்கொண்டு சென்றன. ஆனால், அவற்றையெல்லாம் அழித்து விவசாயம் செய்தபோது, 9 அங்குல மேல்மண்ணில் மட்டும்தான் உழவு செய்யப்பட்டது. அந்த சமயங்களில் மண்ணில் இருந்து தாவரங்களால் எடுத்துக் கொள்ளப்பட்ட மட்கு மற்றும் தாதுக்கள் போன்றவற்றை மீண்டும் மண்ணில் செலுத்துவதற்குரிய எந்த முயற்சிகளும் மேற்கொள்ளப்பட வில்லை.

எங்கள் கைகளுக்கு வந்த பிறகு, நிறைய ரசாயனங்களைக் கொட்டி சோயா மொச்சையைப் பயிர் செய்தோம். வெயில் காலம் வந்த உடன் அனைத்துமே கருகிவிட்டன. தொடர்ந்து இப்படி ஆனபோது, 'பண்ணை உரிமையாளரின் காலடிச் சுவடுதான், நிலத்துக்குச் சிறந்த உரம்' எனும் சீனப் பழமொழி எங்கள் ஞாபகத்துக்கு வந்தது.

ஒரு விவசாயி, தன் நிலத்தில் இரண்டு கண்களையும் நன்றாகத் திறந்து வைத்துக்கொண்டு சுற்றி வந்தாலே, வேளாண் கல்லூரிகள் போதிப்பதைவிட அதிகமாகக் கற்றுக்கொள்ள முடியும் என்பதை நாங்கள் உணர்ந்தோம். நாங்கள் அதைக் கடைப்பிடிக்க ஆரம்பித்த பிறகு, அந்தப் பண்ணைகளில் இருந்து நிறைய விஷயங்களைக் கற்றுக்கொண்டோம்.

ஆரம்பத்தில் நாங்கள் செய்த மண் பரிசோதனைகூட பல முடிவு களைத் தெரிவித்தது. தொடர்ந்து சோயாவை சோதித்தபோது... பொட்டாஷ் பற்றாக்குறையைக் கண்டுபிடித்தோம். நான்கு ஆண்டுகளுக்கு பயிர் சுழற்சி முறையைக் கையில் எடுத்தோம். அதன்பிறகுதான் நிலம் வளமையடையத் தொடங்கி, வருமானமும் கூடியது.

பயிர் சுழற்சி முறையைக் கையாண்ட நான்கு ஆண்டுகாலத்தில் நைட்ரஜனைச் சேர்க்கும் சக்தியுடைய 'ஆல்ஃபால்ஃபா' என்னும் தீவனப் பயிரையும், ஆழமாக வேர்விடும் திறன் கொண்ட புல்லையும் (புரோம் புல்) பயிரிட்டோம். ஆல்ஃபால்ஃபா, 15 முதல் 20 அடி ஆழம் வரை வேரைச் செலுத்தி, பாறைகளில் உள்ள தாதுக்களை உறிஞ்சுகிறது. அதனால்தான் இந்தச் செடிகள், மேல் மண்ணே இல்லாத நிலங்களில்கூட அதிக விளைச்சல் கொடுத்தன.

இதுபோல ஆழமாக வேர்விடும் தாவரங்கள், ஆழத்தில் உள்ள தாதுக்களை உறிஞ்சிக்கொள்வதோடு அல்லாமல், அவற்றை மடக்கி விழும்போது தனது தாவரப் பாகங்களை பூமிக்கும் வழங்குகின்றன. இப்படி நான்கு ஆண்டுகளுக்கு ஒரு முறை செய்யும்போது மண்ணின் வளம் மேலும் மேலும் கூடியது. அதன்பிறகு, நாங்கள் பயிர் செய்த ஓட்ஸ், கோதுமை ஆகியவற்றின் விளைச்சல் அதை பறைசாற்றியது. ஒரு கட்டத்தில், அந்த மலபார் பண்ணைகள் அற்புத விளைச்சல் தரும் பண்ணைகளாக உருவெடுத்தன. ஓஹையோ மாநிலத்தின் சராசரி விளைச்சலைவிட, அங்கு இரு மடங்கு விளைச்சல் கிடைத்தது.

அந்த சமயத்தில் நாங்கள் வளர்த்த பசுக்களுக்கு, 22 வகையான நுண்ணூட்டங்களை அளித்தும், கால் புண், மடி நோய் போன்றவற்றில் இருந்து அவற்றை எங்களால் காப்பாற்ற முடியவில்லை. ஆனால், அதிக ஆழத்துக்கு வேர் பாய்ச்சும் செடிகளான ஆல்ஃபால்ஃபா மற்றும் புரோம் புல் ஆகியவற்றை சாப்பிட்ட பிறகு, பசுக்களுக்கு நுண்ணூட்டப் பற்றாக்குறை ஏற்படவில்லை. மருத்துவரின் தேவையே இல்லாமல் போனது.

இயற்கையில் மனிதன் செய்யும் குறுக்கீடுகள், பயிர்களையும் கால்நடைகளையும் பாதிப்பது போலவே, மக்கள் நலத்தையும் பாதிக்கவே செய்கிறது. விஞ்ஞான வளர்ச்சியின் விளைவாகவும், தொழிற்புரட்சியின் வெளிப்பாடாகவும் மனிதன் புதுமைகளைப் படைக்கிறான். புதிய சூழல்களையும் படைக்கிறான். ஓய்வு இல்லாமல் அவனுடைய மூளை உழைத்துக்கொண்டே இருக்கிறது. ஆனால், இவற்றுக்கெல்லாம் பிரதிபலனாக மனிதனது வாழ்வாதாரங்கள் பலியாகிக்கொண்டு இருக்கின்றன.

மனிதர்களின் தேவைகளை நிறைவு செய்வது நிலம்தானே தவிர, மனித மூளையல்ல என்பதை மனிதன் உணரத் தவறுகிறான். தூரத்தில் இருந்தோ, ஆழத்தில் இருந்தோ தண்ணீரைத் தேடிக் கொண்டுவந்து பயன்படுத்தும்போது அந்த நீர் ஆதாரங்கள் வற்றிப்போகின்றன என்பதை கவனிப்பதில்லை.

எந்நாடுடைய இயற்கையே போற்றி!

புதிய கண்டங்களைக் கண்டறிந்து அங்கு எல்லா வளங்களையும் சுரண்டிவிட்டு, சில ஆண்டுகளுக்குப் பிறகு அந்த பூமி எதற்கும் உதவாதது என்று சொல்லி வெளியேறுவதே மனிதர்களின் வழக்கம். எத்தனை வேதியியல் வல்லுநர்கள் வந்தாலும் இழந்த வளங்களை மீண்டும் கொண்டு வர முடியாது என்பதை 20-ம் நூற்றாண்டுகளின் வரலாறு நமக்குத் தெளிவாகப் புரிய வைக்கிறது.

பன்றிகள், பசுக்கள் உட்பட அனைத்துக் கால்நடைகளும் தன் பற்றாக்குறையைத் தானே தீர்த்துக் கொள்ளும் சக்தியைப் பெற்றிருக்கின்றன. சுண்ணாம்புப் பற்றாக்குறை வரும்போது சிமென்டை நக்கிக்கொள்கிறது பன்றி. சினைப்பசுவுக்கு கால்சியம் பற்றாக்குறை வந்தால், காட்டில் கிடக்கும் எலும்புகளில் ஒட்டிக்கொண்டு இருக்கும் தூளை சாப்பிடுகிறது. இதுபோன்ற பழக்கங்களில் இருந்து மனிதர்கள் விட்டு விலகி வந்துவிட்டார்கள். மண்ணில் தாதுப் பற்றாக்குறை ஏற்படும்போது, அதில் விளையும் காய்களிலும் கனிகளிலும் நுண்ணூட்டப் பற்றாக்குறை நிலவுகிறது. அதுதான் நோயாக வெளிப்படுகிறது.

பொதுவாக, மூன்று அடியில் இருந்து இருபது அடி ஆழம் வரை வேர்விடும் பயிர்களை பண்ணையில் சாகுபடி செய்யப் பழகுவோம்" என்று சொல்லி முடித்தார் அந்த ஆராய்ச்சி நூலின் ஆசிரியர்.

நமது விவசாயிகள் பலருக்கும் பரவலாக ஒரு சந்தேகம் இருக்கிறது. அதாவது, 'நாற்பது, ஐம்பது ஆண்டுகளாக ரசாயனத்தைக் கொட்டி கெட்டுப்போன நிலங்களை எப்படி மாற்ற முடியும்' என்பதுதான் அந்தச் சந்தேகம்.

மலபார் பண்ணைகளின் பலபயிர் சாகுபடி முறை, அந்தச் சந்தேகத்துக்கு சரியான விடையைக் கொடுக்கும் என்று நம்புகிறேன்.

12

முட்டை சொல்லும் சேதி!

விஞ்ஞானிகள் எப்போதுமே ஏதாவது ஆராய்ச்சியில் ஈடுபட்டுக்கொண்டே இருப்பார்களே தவிர, 'முந்தைய ஆராய்ச்சி முடிவுதான் சரி' என்று எந்த ஆராய்ச்சியையும் முடிப்பதே இல்லை.

பொதுவாக நாம் நேர் வழியை விட்டுவிட்டு குறுக்கு வழியில் போகிறவர்களை 'குற்றவாளி'கள் என்றுதான் சொல்வோம். ஆனால், எல்லா விஞ்ஞான ஆராய்ச்சிகளுமே கிட்டத்தட்ட குறுக்கு வழியைக் கண்டுபிடிக்கத்தான் தொடர்ந்து நடந்து வருகின்றன, என்பதுதான் உண்மை. இதை ஆங்கிலத்தில், 'பெட்டர் ஷார்ட் கட்' (Better short cut) என்று சொல்கிறார்கள்.

நெருப்புக்கோழி முட்டை பற்றிய ஆராய்ச்சி ஒன்றில், தலைமுறை தலைமுறையாக நெருப்புக் கோழிகளின் மூளை நரம்புகளில் பதியப்படும்

அழுத்தமான தற்காப்பு உணர்ச்சியைப் பற்றிய செய்தியை நாம் ஏற்கெனவே பார்த்திருக்கிறோம். இதுதான் 'மரபுவழிப் பண்பு' எனப்படுகிறது.

பெரும்பாலான பறவைகள் முட்டையிட்டு அடைகாக்கின்றன. ஆனால், அடைகாக்கும் நாட்கள்தான் ஒன்றுக்கு ஒன்று வேறுபடுகின்றன. புறாக்குஞ்சு, முட்டையில் இருந்து 18 நாட்களில் வெளி வருகிறது. கோழிக்கு 21 நாட்களும், வாத்துக்கு 30 நாட்களும் தேவைப்படுகின்றன. வழக்கமாக, புறாக்கள் 2 முட்டையிட்ட உடனேயே அடையில் உட்கார்ந்துவிடுகின்றன. கோழிகள் 20 முட்டைகள் வரை இட்ட பிறகுதான் அடைகாக்கத் தொடங்குகின்றன.

வளர்ப்பில் உள்ள வாத்துக்களுக்கு அடைகாக்கத் தெரியவில்லை. அதேபோல கூண்டுகளில் அடைத்து வளர்க்கப்படுகின்ற வெள்ளை லகான் கோழிகளுக்கும், அடைகாக்கும் பண்பு கிடையாது; குஞ்சுகளைக் காப்பாற்றும் பண்பும் கிடையாது. வெள்ளை லகான் முட்டையை அல்லது வாத்து முட்டையை நாட்டுக்கோழியில் வைத்துதான் குஞ்சு பொரிக்கிறார்கள்.

ஒரு கோழி, 15 முட்டைகள் வரை அடைகாக்கிறது. இரண்டு கோழிகளில் பதினைந்து பதினைந்து முட்டைகள் அடைவைத்து, குஞ்சுகள் வந்தபிறகு இரண்டு கூட்டத்தையும் ஒன்று சேர்த்துவிட்டு ஒரு கோழியின் பொறுப்பில் வளர்ப்பவர்களை நாம் பார்த்திருப்போம். அப்படிப் பிரிக்கப்படும் ஒரு தாய்க் கோழி, விரைவிலேயே மீண்டும் முட்டையிடுவதற்கு தன்னைப் பழக்கப்படுத்திக் கொள்கிறது.

கோழியினுடைய கால்கள், குப்பையைக் கிளறுவதற்கு ஏற்ப நகங்களுடன் அமைந்துள்ளன. வாத்தினுடைய கால்கள் நீரில் நீந்துவதற்கு ஏற்ப துடுப்புபோல அமைந்துள்ளன. ஒரே கோழியில் அடைவைத்து பொரிக்கப்பட்ட முட்டைகளில் பிறந்த வாத்துக்குஞ்சும், கோழிக்குஞ்சும் ஒன்றாகவே தாய்க்கோழியுடன் சேர்ந்து இரை தேடுகின்றன. அப்படி போகும் சமயத்தில் தேங்கிக் கிடக்கும் நீரைக் கண்டு கோழிக்குஞ்சு பயப்படும். ஆனால், வாத்துக்குஞ்சு பயடபடுவதில்லை.

இதை, புதுக்கோட்டை மாவட்டம் வீரப்பட்டி கணபதி என்பவர் நேரிடையாக பலருக்கு நிரூபித்துக்காட்டி இருக்கிறார். அவருடைய கோழி, வாத்துக் குஞ்சுகளைக் கூட்டிக்கொண்டு திரிகிறது. அவர் ஒரு சட்டியில் தண்ணீரை நிரப்பிக் கோழிக்குப் பக்கத்தில் வைக்கிறார். கோழி வெளியில் இருந்து தண்ணீர் குடிக்கிறது. வாத்துக் குஞ்சுகள் தண்ணீருக்குள் குதித்து

நீந்திக்கொண்டு இருக்கின்றன. இதை அந்தக் கோழி வியப்பாக பார்த்துக்கொண்டு இருக்கிறது. வாத்துக் குஞ்சுகள் சத்தம் கொடுக்கிற வரை அதைக் கோழிக் குஞ்சுகள் என்றே அதை வளர்க்கும் கோழி நினைக்கிறது. வாத்துக் குஞ்சுகள் சத்தம் போடத் தொடங்கிய உடனேயே கோழி அவற்றை விரட்டிவிடுகிறது.

சமீபகாலங்களாக வான்கோழி வளர்ப்பு பற்றி பல விளம்பரங்களைப் பார்த்து அதை பல விவசாயிகள் வளர்க்கத் தொடங்கி இருக்கிறார்கள். அது மூலமாக நல்ல வருமானம் கிடைப்பது உண்மையாக இருந்தாலும், வான்கோழி அடைகாக்கிறதா இல்லையா? என்று யாரும் சோதித்துப் பார்ப்பதில்லை. அதனால் வான்கோழி வளர்ப்பாளர்கள் கூடவே குஞ்சு பொரிக்கும் இயந்திரம் ஒன்றையும் வாங்கித்தான் குஞ்சு பொரிக்கின்றனர். ஆனால், வான்கோழிகள் முட்டையிட்டு அடைக்காக்கும் திறன் கொண்டவைதான். இதை அறிந்துகொண்டால் வேலைப்பளு, மின்கட்டணம் போன்றவற்றைப் பெருமளவில் குறைக்க முடியும்.

'வானகம்' பண்ணையில் சில வான்கோழிகளை வளர்த்து வருகிறோம். வளர்ப்பதில் எந்த சிரமமும் இல்லை. ஒரு பெட்டைக்கோழி மட்டும் சில நாட்கள் கண்ணில் தென்படாததால் அதைத் தேடிப் பார்த்தபோது, அது மறைவான ஓர் இடத்தில் முட்டையிட்டு அடைகாத்துக்கொண்டு இருந்தது. பின்பு ஒரு நாள், குஞ்சுகளையும் கூட்டிக்கொண்டு வெளியில் வந்தது. இப்போது இன்னொரு வான்கோழி அடையில் இருக்கிறது.

முட்டை பார்க்கச் சிறியதாக இருந்தாலும் அது சொல்லும் சேதி பெரியது. 'உழவர்கள், பிறரது முட்டையை அடைகாத்து பேணுவதை நிறுத்திக்கொண்டால்... தானாகவே நல்ல விளைவுகள் ஏற்பட்டுவிடும்' என்பதுதான் அந்த சேதி.

13

'யூரியாவுக்குப் பதில் சாணி...' இதுதான் இயற்கை வேளாண்மையா?

'இயற்கை வழி வேளாண்மை' என்பதைப் பலரும், பல வழிகளில் புரிந்துகொள்கிறார்கள். பெரும்பாலும் அவர்களுடைய தனிப்பட்ட அனுபவங்களின் அடிப்படையில்தான் புரிந்து கொள்கிறார்கள்.

'இயற்கையைச் சார்ந்துதான் வாழ வேண்டும்' என்று வாதிடுபவர்களில் பலரும், இயற்கை வழி வேளாண்மையைப் பல கிளைகளாகத்தான் பார்க்கிறார்கள். இயற்கை வழி வேளாண்மையை ஆதரிக்காதவர்களில் பலரோ... யூரியாவுக்குப் பதிலாக சாணம் இடுவதுதான் இயற்கை வழி வேளாண்மை என்பதாக உணர்ந்து, 'அவ்வளவு சாணத்துக்கு எங்கே போவது?' என்று கவலைப்படுகிறார்கள்.

ஆனால், விஷயமே வேறு... 'இயற்கை வழி வேளாண்மையை இப்படியெல்லாம் புரிந்துகொள்ள முடியாது. மனிதன், கால்படாத காடுகளுக்குள் சென்று, அங்கு இயற்கை எப்படி செயல்படுகிறது என்பதைப் பார்த்தால்தான், இயற்கை வழி வேளாண்மையைப் புரிந்துகொள்ள முடியும்' என்று பல அறிஞர்கள் நெடுங்காலமாகக் கூறி வருகிறார்கள்.

'இயற்கைப் பண்ணையம் ஓர் அறிமுகம்' என்ற நூலில் ரெக்ஸ் ஏ.ரிவெரா என்ற விஞ்ஞானியும் இதையொட்டிய கருத்தை வெளியிட்டிருக்கிறார்.

இனி அந்த நூலிருந்து...

'இயற்கை வழி வேளாண்மையில் 'உழாத பயிர் சாகுபடி' என்பதும் ஒரு வகையாகும். இன்றைக்கு இயற்கை வேளாண்மை பற்றிப் பேசுபவர்கள், பல்வேறு செடியினங்களைப் பாதுகாப்பதற்கும், பரப்புவதற்கும் நிலத்தை உழவு செய்யவோ, மண்வெட்டியால் கொத்திக் கிளறவோ தேவையில்லை.

அடர்ந்தக் காடுகளில் உயிரினப் பல்வகைமை பாதுகாக்கப் படுவதால், சுற்றுச்சூழல் பாதுகாக்கப்படுகிறது. பெரிய பெரிய மரங்களும் மற்ற உயிரினங்களும் வெப்பத்தைக் குறைத்து தட்பவெப்ப நிலையைச் சீரமைக்கின்றன.

பாறையைக் கரைக்கும் மட்கு அமிலம்!

இலை, தழைகள், பூங்கொத்துகள், பழங்கள், நெற்றுகள், பட்டுப்போன பூச்சிகள்... என பலவும் நிலத்தில் விழுகின்றன. அவற்றோடு கால்நடை எச்சங்கள், மிச்சங்கள் போன்றவையும் கலக்கும்போது, நிலத்தில் மட்கு சேருகிறது. அதிலிருந்து சுரக்கும் மட்கு அமிலம், பாறையைக் கரைத்துத் தாதுக்களை உயிர்க் கழிவுகளுடன் இணைக்கிறது. அனைத்துமாகச் சேர்ந்து பயிர் வளர்ச்சிக்கான ஆதாரங்களை நிலைநாட்டுகின்றன.

இவை மூலமாக, மண் அரிப்பு மற்றும் நுண்ணூட்டச் சரிவு ஆகியவை தவிர்க்கப்படுகின்றன. அதனால்தான் காட்டில் உள்ள மரங்கள் பச்சைக்குடை பிடித்து சேவை புரிகின்றன. இதேபோல இயற்கை வழி வேளாண்மையிலும் நமது பண்ணையில் ஆங்காங்கே காடுகளை வளர்த்து, தட்பவெப்ப சூழலைச் சீரமைக்க முடியும்.

பழங்காலத்தில் காடுகளை வெட்டி எரித்து சாகுபடி செய்தவர்கள்கூட... ஐந்து, ஆறு ஆண்டுகளுக்குப் பிறகு, நிலத்துக்கு ஓர் ஆண்டு ஓய்வு கொடுத்தார்கள். அந்த ஓய்வின்போது இயற்கை தன்னைத்தானே புதுப்பித்துக்கொண்டது.

காட்டுக்குள் மரங்களும், புதர்களும், கொடிகளும், புல், பூண்டுகளும் ஆரோக்கியமாக வளர்வதை நாம் பார்க்கிறோம். அங்கு மண் வளமாக இருக்கிறது. தாவரங்களைத் தாக்கும் பூச்சி, நோய்கள் குறைவாக உள்ளன.

மனிதர்கள் குறுக்கிடாத வரை செடிகளும், விலங்குகளும் நிம்மதியாகத்தான் காடுகளுக்குள் வாழ்கின்றன. காடுகளில் நாம் எதிர்பார்ப்பதைப் போல பேரளவு உற்பத்தி இல்லாமல் இருக்கலாம். ஆனால், அங்கு நிலவும் உயிர்ச்சூழலில் பல்வகைமையை ஆழமாகப் புரிந்துகொள்ள முடியும்.

களைத்த நிலத்துக்கு புத்துயிர் ஊட்டுங்கள்!

நிலத்தைக் கொஞ்ச நாட்கள் தரிசாகப் போட்டு வைப்பது, களைத்துப்போன நிலத்துக்குப் புத்துயிர் கொடுப்பதற்கான முக்கியமான வழிமுறை. பல்லாயிரம் ஆண்டுகளாக நமது உழவர்கள் இதைக் கடைப்பிடித்து வந்திருக்கிறார்கள். அந்த மாதிரி போட்டு வைக்கும்போது, கொழிஞ்சி, அவுரி, கரந்தை... உள்ளிட்ட பல செடிகள் கோடைகாலத்தில் பெருகி, சூரியனின் வெப்பம் மண்ணை நேரடியாகத் தாக்காமல் காத்தன.

ஆனால், பிற்காலங்களில் ரசாயனங்களை நம்பி பயிர்ச் சுழற்சி முறைகளைக் கை கழுவியதால்தான் இன்று பலவிதமானச் சிக்கல்களை எதிர்கொள்ள வேண்டி இருக்கிறது. அனைத்துக்கும் ஒரே ஒரு தீர்வுதான் இருக்கிறது. அதுதான், இயற்கை வழி வேளாண்மை. இது யூரியாவுக்குப் பதிலாக சாணி போடுவது அல்ல. இயற்கையின் சுழற்சிகளை மையமாகக்கொண்டு செயல்படும் வேளாண்மை முறை' - இப்படி பல விஷயங்களை அந்த நூலில் ரிவெரா விளக்கி இருக்கிறார்.

தேசம் காக்க... கற்றாழையைக் கையில் எடுங்கள்!

நாம் எல்லோரும் நன்கு அறிந்த மூலிகைச் செடி சோற்றுக் கற்றாழை. தாவர சாகுபடியில், கால்நடை மருத்துவத்தில், மனித மருத்துவத்தில் என, உயிர்களின் வாழ்க்கையில் இரண்டறக் கலந்த ஒரு செடி சோற்றுக்கற்றாழை. நட்டுவைத்தால் போதும் எவ்விதக் கண்காணிப்பும் அதற்கு தேவையில்லை. ஆனால், அதனுடைய முக்கியத்துவத்தை வியாபாரிகள் தெரிந்து வைத்திருக்கின்ற அளவுக்கு, உழவர்கள் உணராது இருக்கிறார்கள்.

சோற்றுக்கற்றாழை பற்றியும் ரிவெரா பல விஷயங்களைச் சொல்லி இருக்கிறார்.

'செடிகளை உண்ணும் பூச்சிகளுக்கு நஞ்சாக செயல்படும் 'சபோனைன்ஸ்' எனும் பொருள், சோற்றுக்கற்றாழையில் உள்ளது. தவிர, அழுக்கு நீக்கும் தன்மையும் சோற்றுக்கற்றாழைக்கு இருக்கிறது. அது, நோய்க் கிருமிகளின் தோல்களைச் சிதைப்பதோடு, பலவிதமானப் பூச்சிகளையும் விரட்டி விடுகிறது. பூச்சி, பூஞ்சணம், வைரஸ் போன்ற உயிரிகளோடு எதிர்வினை புரிகிறது.

சோற்றுக் கற்றாழை மடலில் 'ஸ்டிரால்' காணப்படுகிறது. கேம்பஸ்டிரால், கொலஸ்டிரால் மற்றும் பி.சைட்டோஸ்டிரால் போன்றவை தாவரங்களில் காணப்படும் ஸ்டிரால்கள். இவை, வீக்கத்தைக் குறைப்பதற்கான மருந்துகளாகவும் செயல்படுகின்றன. புண்களில் புரை ஓடாமல் இருப்பதற்குப் பயன்படுத்தப்படும்

மருந்தான 'லூப்பியோல் ஹைட்ரோ-குளோரைடு' போன்றவையும் சோற்றுக்கற்றாழையில் உள்ளன.

1982-ம் ஆண்டில் சிகாகோ பல்கலைக்கழகத்தின் சார்பில் வெளியிட்ட ஓர் அறிக்கையில், சோற்றுக்கற்றாழையில் சாலிசிலிக் அமிலம் உள்ளதாக குறிப்பிடப்பட்டுள்ளது. இந்த சாலிசிலிக் அமிலம், ஆஸ்பிரின் போன்று செயல்படும் தன்மை உடையது. சில விஞ்ஞானிகள், சோற்றுக்கற்றாழையில் சிறிதளவு யூரியா, நைட்ரஜன் இருப்பதாகவும் கண்டறிந்துள்ளனர்.

சிறந்த வலி நிவராணி!

சோற்றுக்கற்றாழையில் காணப்படும் நுண்ணூட்டங்கள் தசையை வளர்ப்பதாகவும், செயல்பாடுகளைச் சீரமைப்பதாகவும்கூட ஆராய்ச்சி முடிவுகள் தெரிவிக்கின்றன. இந்த ஆராய்ச்சிகளின் மூலம் சோற்றுக்கற்றாழை மிகச்சிறந்த வலி நிவாரணி என்று அறியப்பட்டு இருக்கிறது.

தீக்காயங்களுக்கு, வெட்டுக்காயங்களுக்கு, சிராய்ப்புகளுக்கு, ரத்தக்கட்டுகளுக்கு சோற்றுக்கற்றாழையை மருந்தாகப் பயன்படுத்துவது நாட்டு மருத்துவர்களின் வழக்கில் இருந்து வருகிறது. இறுக்கு வாதம் (ருமேடிக் ஃபீவர்), மூட்டு வலிகள், தோல், வாய், உணவுக்குழாய், வயிறு, குடல், சிறுநீரகம், மண்ணீரல், கல்லீரல், கணையம் போன்ற அனைத்து உறுப்புகளிலும் உள்ள ஒழுங்கீனத்தை சோற்றுக்கற்றாழை சீரமைக்கிறது. முடியைக்கூட வளர வைக்கிறது' - இவ்வாறு சோற்றுக்கற்றாழையின் மகிமைகளைக் குறிப்பிட்டுள்ளார் ரிவெரா.

நிலத்தைத் தரிசு போடுவோம். தரிசு நிலத்தில் சோற்றுக் கற்றாழையை பயிரிடுவோம். சோற்றுக்கற்றாழைக்கு ஊடாக உணவுப்பயிர் விளைவிப்போம். பசியும் பிணியும் களைவோம்!

14

நிலத்தை வளமாக்கும் லேக்டோ பாக்டீரியா...

'**சா**யந்திரம் கைப்பிடிச்சு
சாமத்துல கருத்தரிச்சு
விடியும் பொழுது
தாயையும் பிள்ளையும்
பிரிச்சு விட்டாச்சு'
அது என்ன?"

- இப்படி ஒரு விடுகதையை கிராமங்களில் சொல்வதைக் கேள்விப்பட்டு இருப்போம். அதன் விடை... 'மோர்'.

இரவில் பாலையும் தயிரையும் கலந்துவைத்தால், காலையில் அது திரிந்து உறைந்துவிடும். அதைக் கடைந்து வெண்ணெயையும், மோரையும் பிரிப்பதைத்தான் இப்படி விடுகதையாகச் சொல்வார்கள்.

'இப்படி, ஓர் இரவுக்குள் பாலைத் தயிராக மாற்றுவது எது?' என்று கேட்டால், எல்லோரும் 'நுண்ணுயிரிகள்' என்று சுலபமாகச் சொல்லிவிடுவோம். ஆனால், இந்த நுண்ணுயிரிகள் எங்கு இருக்கின்றன... எப்படி வாழ்கின்றன... என்று என்றாவது நாம் யோசித்துப் பார்த்தது உண்டா?

நிலம், நீர், காற்று... ஆகிய மூன்றிலுமே ஏராளமான நுண்ணுயிரிகள் உள்ளன. நம் உடலுக்குள்கூட லட்சக்கணக்கான நுண்ணுயிரிகள் உண்டு. ஆனால், ஒவ்வொன்றும் ஒவ்வொரு வகையானவை. ஒவ்வொரு செயலைப் புரிபவை. பாலைத் தயிராக்குகின்ற பாக்டீரியாவை 'லேக்டோ பாக்டீரியா' (Lacto Bacteria) என்கிறார்கள் விஞ்ஞானிகள். இதை 'லேக்டிக் அமில பாக்டீரியா' (Lactic acid Bacteria) என்றும் அழைக்கிறார்கள்.

கெட்ட நாற்றத்தைத் தடுக்கும் பாக்டீரியா!

பாலைத் தயிராக்குவதற்கு மட்டுமல்லாமல், வேளாண்மையிலும் இந்த பாக்டீரியா சிறந்த அளவில் பயன்படுகிறது. இயற்கை வேளாண்மையில் மட்டும் கழிவுப்பொருட்களைப் பயன்படுத்தி, கலவை எரு தயாரிக்கும்போது கழிவுகள் சிதையும். அந்த சமயத்தில் துர்நாற்றம் கிளம்பும். லேக்டிக் அமில ரசத்தைப் பயன்படுத்தி இந்த துர்நாற்றத்தை மாற்ற முடியும்.

ஆடு, கோழி மற்றும் பன்றி உள்ளிட்ட கால்நடைகள் வளர்ப்பில் மனித சக்தி மற்றும் செலவைக் குறைப்பதற்காகவும், விலங்குகளின் நலம் பேணுவதற்காகவும் கூளத்தைக் கொட்டிலில் பரப்பும் வழக்கத்தைக் கடைப்பிடிக்கிறோம். அதிலும் கால்நடைகளின் கழிவுகளால் துர்நாற்றம் எழுவதற்கு வாய்ப்பு உண்டு. இந்தக் கெட்ட நாற்றத்தை அமிழ்த்தி வைப்பதற்கும் லேக்டிக் அமில பாக்டீரியா ரசம் பயன்படுத்தப்படுகிறது.

காற்றில்லா இடத்தில் 'கம்போஸ்ட்' தயாரிக்கும்போதோ அல்லது கால்நடைகளின் எச்சங்கள் மிகும்போதோ வெளியாகும் அமோனியாதான் துர்நாற்றத்துக்கான அடிப்படை. லேக்டிக் அமில பாக்டீரியா, இந்த அமோனியாவைச் சாப்பிட்டுச் செரித்து விடுவதால் பெருமளவில் நாற்றம் கட்டுப்படுத்தப்படுகிறது.

மீன் குளத்து நெருக்கடிக்கு நல்ல தீர்வு!

நீர் நிலைகளில் அதிகமான மீன்களால் நெருக்கடியான சூழ்நிலை இருக்கும்போது அல்லது நீரின் தரம் தாழ்ந்து இருக்கும்போது மீன்களின் வளர்ச்சி பாதிக்கப்படுகிறது. இங்கும் மீன்களின் கழிவுகளில் இருந்து வெளிப்படும் அமோனியா காற்றுதான் பிரச்னைக்கு காரணம். இதற்கும் லேக்டிக் அமில பாக்டீரியா தீர்வு அளிக்கும்.

அதேபோல, லேக்டிக் அமில பாக்டீரியா ரசம் கலந்த நீரை நிலத்தின் மீதும் செடியின் மீதும் தெளிக்கும்போது, செடியின் வளர்ச்சி தூண்டப்படுகிறது. லேக்டிக் அமிலத்தில் செரிமானத்தைக் கட்டுப்படுத்தும் பண்புகளும் காணப்படுவதாக ஆராய்ச்சி முடிவுகள் சொல்கின்றன.

'கால்நடைகள் உண்ணுகின்ற உணவைப் பால் அல்லது இறைச்சியாக மாற்றுவதற்கும் லேக்டிக் அமிலத்தைப் பயன்படுத்த முடியும். அவற்றை உண்ட உணவைத் தன்மயம் ஆக்குவதற்கும், கழிவுகளை வெளியேற்றுவதற்கும்கூட லேக்டிக் அமிலத்தைப் பயன்படுத்த முடியும்' என்று ஆராய்ச்சியாளர்கள் சொல்கிறார்கள்.

நீங்களே தயாரிக்கலாம் லேக்டிக் அமில பாக்டீரியா ரசம்!

மண்ணில் அல்லது எருவில் நுண்ணூட்டங்களின் சமநிலை பாதிக்கப்படும் சூழ்நிலை, கால்நடைகளுக்கு உடல்நிலைக் குறைபாடுகள் வரும் சமயங்கள், தாவரங்களில் வளர்ச்சி பாதிக்கப்படும் சமயங்கள்... போன்ற இக்கட்டான சூழ்நிலைகளில் லேக்டிக் அமில பாக்டீரியாவை நாமே உற்பத்தி செய்து பயன்படுத்தலாம். பாதிக்கப்படும் சமயங்கள் மட்டுமல்லாமல், எப்போதுமே இதைப் பயன்படுத்தலாம்.

அரிசி அலசிய கழுநீரை, மூடியுடன் கூடிய ஒரு பாத்திரத்தில், பாதி அளவுக்கு நிரப்பி, காற்று எளிதாக பாத்திரத்துக்குள் போய் வருமாறு லேசாக மூடி வைக்கவும். அறையின் வெப்பநிலை 20 முதல் 25 டிகிரி செல்சியஸுக்குள் இருக்க வேண்டும். ஏழு நாட்களில் இந்த நீர் புளித்து, அதில் இருந்த உமி பிரிந்து, மேற்பரப்பில் ஆடை போல படர்ந்து இருக்கும். அதை ஒரு வடிகட்டி மூலம் அகற்றிவிட வேண்டும். வடித்து வைத்திருக்கும் புளித்த நீரில், அதன் அளவைப்போல பத்து மடங்கு பாலைச் சேர்த்து ஒரு பாத்திரத்தில் இட்டு மூடி வைக்க வேண்டும்.

அடுத்த ஏழு நாட்களில் இந்தக் கலவையில் மாவு, புரதம் மற்றும் கொழுப்புச் சத்துகள் தனியாக பிரிந்து மேலே ஆடைபோல் மிதக்கும். கெட்டி தட்டிப்போன மாவு, புரதம், கொழுப்புப் பொருட்களை நீக்கினால்... மஞ்சள் வண்ணத்தில் ஒரு திரவம் கிடைக்கும். இந்த திரவத்தில் அதன் அளவில் மூன்றில் ஒரு பங்கு வெல்லத்தைக் கலந்து மூடிவைக்கவும். இந்தக் கலவை, சாதாரணமாக நிலவும் அறை வெப்ப நிலையிலேயே கெட்டுப்போகாமல் இருக்கும். இதுதான் பயன்பாட்டுக்கு உகந்த லேக்டிக் அமில பாக்டீரியா ரசம்.

100 மில்லி ரசத்தை, 2 லிட்டர் தண்ணீரில் கலந்து உபயோகிக்கலாம். இதில் உபயோகப்படுத்துவது பசும்பாலாக இருக்கும்பட்சத்தில்

எந்நாடுடைய இயற்கையே போற்றி!

சிறந்த பலனைக் கொடுக்கும். குளோரின் கலக்காத நீரைத்தான் இதற்காக பயன்படுத்த வேண்டும்.

இதுபோல நன்மை செய்யும் பாக்டீரியாக்கள் இன்னும் சில இருக்கின்றன. அவற்றைப் பற்றி வரும் அத்தியாயங்களில் பார்ப்போம்.

பின்குறிப்பு: இந்த அத்தியாயம், 'பிலிப்பைன்ஸ் நாட்டில் இயற்கைப் பண்ணையம் பற்றியக் கட்டுரைகள்' என்ற தலைப்பில் தயாரிக்கப்பட்ட நூலில் உள்ள கருத்துகளை ஆதாரமாகக்கொண்டு எழுதப்பட்டது.

15

யூரியாவை நிலத்தில் நிறுத்தும் வேப்பம் பிண்ணாக்கு!

வான்மழை காரணமாகப் பெருக்கெடுத்து வரும் வெள்ளம், வீடுகளையும் மனிதர்களையும் அடித்துக்கொண்டு செல்வதைப்போல், நமது மூதாதையர்கள் மூலம் வழிவழியாக நாம் பெற்று வந்த ஞானத்தை 'மேல்நாட்டு மோகம்' என்ற பேய்மழை அடித்துச் சென்றுகொண்டு இருக்கிறது. இந்த இழப்பை ஈடு செய்வது அவ்வளவு எளிதானது அல்ல.

நமது மூதாதையரின் அனுபவ அறிவு என்பது, நம் சமூகத்துக்குச் சொந்தமான பொதுச் சொத்து. இதைப் பற்றி சிந்தித்தபோது, பத்து ஆண்டுகளுக்கு முன்பு நடந்த ஒரு சம்பவம் எனக்கு நினைவுக்கு வந்தது.

'வேம்புக் காப்புரிமை' தொடர்பான வழக்கு பற்றி, உங்களில் பலருக்கும் தெரிந்திருக்கும்.

எந்நாடுடைய இயற்கையே போற்றி!

'வேப்பங்கொட்டையில் இருந்து தயாரிக்கப்படும் பூஞ்சணக் கொல்லியை நாங்கள்தான் கண்டுபிடித்தோம். அது எங்கள் நிறுவனத்தின் அறிவுச் சொத்து' என்று டபிள்யூ. ஆர். கிரேஸ் எனும் பன்னாட்டுக் கம்பெனி, காப்புரிமை பெற்றிருந்தது.

காய்கறி, பழம் மற்றும் தானியங்களில் எஞ்சி இருக்கும் ரசாயனப் பூச்சிக்கொல்லிகள், பூஞ்சணக்கொல்லிகள் ஆகியவை மனிதர்களுக்கு பலவகையான நோய்களை உண்டாக்குகின்றன என்பதை நாம் அறிவதற்கு முன்பாகவே மேலை நாட்டவர்கள் அறிந்திருந்தனர். அதனால்தான் 'வேம்பு போன்ற ஒரு தாவரப் பூஞ்சணக்கொல்லியைச் சந்தைப்படுத்த முடிந்தால், கோடி கோடியாக சம்பாதிக்கலாம்' என்று நினைத்த அந்த கம்பெனி, போட்டிக்கு யாரும் வந்துவிடக் கூடாது என்பதற்காக வேம்புக்குக் காப்புரிமை பெற்றிருந்தது.

அதுபற்றிய வழக்கு, 2000-ம் ஆண்டு மே மாதம் 9, 10-ம் தேதிகளில் ஜெர்மன் நாட்டில் உள்ள 'மியூனிச்' நகரத்தின் ஐரோப்பியக் காப்புரிமை அலுவலகத்தில் நடந்தது. அதற்கு நானும் சென்று இருந்தேன். இந்தியாவில் வேளாண்மை, கால்நடை வளர்ப்பு மற்றும் மருத்துவத் துறை ஆகியவற்றில் வேம்பின் பயன்பாடுகள் பற்றி நாங்கள் எடுத்துச் சொன்னோம். வேரில் இருந்து பிண்ணாக்கு வரை பயன்படுத்தும் விதங்களைப் பட்டியல் இட்டோம்.

'ஐரோப்பியர்கள் அச்சமடையும் அம்மையை வேம்பின் வாடையே குணப்படுத்திவிடும்போது, தாவரங்களில் தோன்றும் பூஞ்சணத்தை வேப்பிலைச் சாறு விரட்டுவது ஒன்றும் பெரிய விஷயமல்ல. இவையெல்லாம் எங்கள் மூதாதையர்கள் கண்டுபிடித்து பயன்படுத்தியவைதான்' என்றெல்லாம் வாதிட்டோம்.

இவற்றைவிட துல்லியமான ஆதாரம் ஒன்றும், அப்போது நம் கைவசம் இருந்தது. அது, டபிள்யூ. ஆர்.கிரேஸ் கம்பெனி, மும்பை வியாபாரி ஒருவருக்கு எழுதிய கடிதம்.

மகாராஷ்டிர மாநிலத்தில் 35 உழவர்களின் திராட்சை மற்றும் பருத்தித் தோட்டங்களில் அந்த மும்பை வியாபாரி வேப்பம் கொட்டைச் சாற்றைப் பயன்படுத்தி இருந்தார். அந்தப் பயிர்களில் நோய்களும் பூச்சிகளும் கட்டுப்பட்டன என்று அந்த உழவர்கள் ஒப்புக்கொண்டு இருந்தார்கள்.

இந்த விஷயத்தை மோப்பம் பிடித்த டபிள்யூ. ஆர்.கிரேஸ் நிறுவனம், 'உங்களுடைய ஆராய்ச்சி வழிமுறை மற்றும் முடிவுகளை எங்களுக்குத் தந்தால், போதிய வெகுமதி தருவோம்' என்று மும்பை

விகடன் பிரசுரம்

வியாபாரிக்கு ஒரு கடிதம் எழுதி இருந்தது. அதை மன்றத்தில் தாக்கல் செய்தோம். இரண்டு நாட்கள் நடந்த விசாரணைக்குப் பிறகு, 'டபிள்யூ. ஆர்.கிரேஸ் கம்பெனிக்கு வழங்கியிருந்த காப்புரிமை திரும்பப் பெறப்படுகிறது' என்ற தீர்ப்பு வெளியானது.

இதிலிருந்தே, எந்தவிதப் பக்கவிளைவையும் ஏற்படுத்தாத வேப்பங்கொட்டைச் சாறை, பயிர் பாதுகாப்பில் பயன்படுத்தி முழுபலன் அடைய முடியும் என்பது, உலக அளவில் நிரூபிக்கப்பட்ட உண்மை என்பதை நாம் புரிந்துகொள்ளலாம்.

இதற்கு உதாரணமாக நம் ஊர் செய்தி ஒன்றையே உங்கள் முன் வைக்கிறேன்.

புதுச்சேரி அருகே உள்ள ஆரோவில் கிராமத்தில் இருக்கும் இயற்கை விவசாய ஆராய்ச்சியாளர் பெர்னாட் ஆலோசனையின் பேரில், நெல் சாகுபடியில் வேப்பங்கொட்டைச் சாற்றைப் பயன்படுத்திப் பார்த்தார்கள் பாண்டிச்சேரி அறிவியல் கழக நண்பர்கள். வேப்பங்கொட்டையை ஓர் இரவு முழுக்க தண்ணீரில் ஊற வைத்து, மறுநாள் காலையில் மாவாட்டும் இயந்திரத்தில் தண்ணீர்விட்டு அரைத்து, காடா துணியில் ஊற்றிப் பிழிந்து,

அதனுடன் காதி சோப்பைத் தூளாக்கிக் கலந்தால், வேப்பம் கொட்டைச் சாறு தயார். இதை விவசாயிகளுக்கு வினியோகித்த போது நல்ல பலன் கிடைத்ததால், பலரும் இதைக் தொடர்ந்து கடைப்பிடித்து வருகிறார்கள்.

அதேசமயம், தமிழகத்தில் பல லட்சம் உழவர்கள் ரசாயனத்தை விட்டு வெளியே வர மனம் இல்லாமல், கவ்விப் பிடித்துக்கொண்டு இருப்பதுதான் வேதனை. தயங்கி நிற்கும் அந்த விவசாயிகள் தாராளமாக இயற்கை விவசாயத்தில் கால் பதிக்கலாம். அதற்கு முன்னோட்டமாக இங்கே ஒரு யோசனை.

நீங்கள் பயன்படுத்தும் யூரியா, எளிதில் நீரில் கரையக்கூடிய தன்மை உடையது. ஆனால், வேப்பம் பிண்ணாக்கைப் பொடி செய்து யூரியாவுடன் கலந்து, தண்ணீர் தெளித்து மூடி வைத்திருந்து, பிறகு பயிருக்கு இட்டால்... யூரியா உடனடியாக நீரில் கரைவது தவிர்க்கப்படுகிறது. இதன் காரணமாக, யூரியா உப்பு அதிக நாள் நிலத்தில் இருந்து, தேவையான நைட்ரஜனைப் பயிருக்கு வழங்குகிறது. இதனால் உரம் இடுவதில் சிக்கனமும், பயிரில் கூடுதல் விளைச்சலும் கிடைப்பதாக பதிவு செய்யப்பட்டுள்ளது.

இப்போது புரிந்திருக்குமே வேம்பின் மகத்துவம்! இயற்கை வழி விவசாயத்துக்கு மெள்ளத் தாவும் உழவர்கள், இதை கவனத்தில் கொள்ள வேண்டும்.

பின்குறிப்பு: இது, இயற்கை வழி விவசாயம் எனும் அற்புதமான வழிமுறையில் ஏற்கெனவே காலடி வைத்துவிட்ட விவசாயிகளுக்கான யோசனை அல்ல!

16

உருளைச் சதைக்கு உரம்போடும் ரசாயனங்கள்!

'**உண்டி** முதற்றே உணவின் பிண்டம்' என்று சொல்லிச் சென்றிருக்கிறார் திருமூலர். அதாவது, உணவுதான் உடம்புக்கு பிரதானம் என்பதுதான் இதன் பொருள். உயிர் வாழ உணவு அவசியம் என்பதால்தான், 'உண்டி கொடுத்தோர் உயிர் கொடுத்தோரே' என்று சங்கப்பாடலில் சொல்லப்பட்டு இருக்கிறது.

பசுமைப் புரட்சிக்கு முன் உணவு உற்பத்திக்காக மட்டும் இருந்த 'உழவாண்மை', பசுமைப் புரட்சிக்குப் பின் 'வணிகம்' என்று உருவெடுத்தது. அமெரிக்காவிலும் ஐரோப்பாவிலும் பயன்படுத்தப்பட்டு வந்த ரசாயனங்கள் இந்தியாவுக்குள்ளும் நுழைந்தன.

அதன் விளைவாக மனிதர்களுக்கு ஏற்பட்ட நோய்களைப் பற்றி ஆராய்ச்சியாளர்கள் இன்றும்

ஆய்வு செய்துகொண்டுதான் இருக்கின்றனர். அப்படியிருந்தும், வேதிப்பொருட்களின் பயன்பாட்டை பயிர் வளர்ச்சியோடு மட்டும் நிறுத்திக்கொள்ளாமல் கால்நடை வளர்ப்பிலும் புகுத்திக்கொண்டுதான் இருக்கின்றனர்.

ஏழு வயதில் பூப்பெய்தும் அமெரிக்கச் சிறுமிகள்!

அமெரிக்கர்கள், அவர்களுக்குத் தேவையான பாலையும், இறைச்சியையும் விரைவாகவும் அதிகளவிலும் உற்பத்தி செய்வதற்காக, கால்நடைகளை மேயவிடாமல் கொட்டிலில் அடைத்துவைத்து தீவனத்தைக் கொடுத்து வளர்க்கிறார்கள். வேதிப்பொருட்களைத் தீவனத்துடன் கலந்தும், ஊசி வழியாகவும் செலுத்திதான் உற்பத்தியைப் பெருக்குகிறார்கள். இதன் விளைவு, அமெரிக்காவில் 7 வயதிலேயே சிறுமிகள் பூப்பெய்தி விடுகிறார்கள். இப்படி பூப்பெய்தும் விகிதம் பத்து ஆண்டுகளுக்குள் இரண்டு மடங்கு அதிகரித்து இருக்கிறதாம். சீனாவிலும் இதே நிலைதானாம்.

ஊளைச் சதைக்கு உரம் போடும் ரசாயனங்கள்!

தவிர... கோழி, ஆடு போன்ற இறைச்சிக்கான கால்நடைகளுக்கு வேதிப்பொருட்களைக் கொடுத்து விரைவில் கொழுக்க வைத்து, அந்த இறைச்சியை சாப்பிடும்போது மனிதர்களுக்கும் ஊளைச்சதை நோய் வருகிறது (அதீத உடல் பருமன்). தேவைக்கு அதிகமாக உண்பது மற்றும் வளர்ச்சி ஊக்கி பயன்படுத்தப்பட்ட இறைச்சியை உண்பது ஆகிய காரணங்களால் 27% அமெரிக்கர்கள் ஊளைச் சதையால் அவதிப்படுகிறார்கள். இந்தியாவிலும் இந்த நோய் பரவி வருவது, பலரையும் அதிர்ச்சிக்குள்ளாக்கி இருக்கிறது.

'ஒவ்வொரு நாளும் உலக மக்கள் தொகையில் நான்கில் ஒருவர் வறுமையின் காரணமாக பட்டினி கிடக்கிறார்' என்று புள்ளிவிவரம் சொல்கிறது. அப்படி இருக்கும்போது இன்னொரு மூலையில் அதிகமாக உணவு உண்டு, ஊளைச்சதையால் அவதிப்படுபவர்கள் பற்றிய செய்தி வரும்போது அதிர்ச்சி அடையாமல் என்ன செய்வது?

மேய்ச்சலுக்குத் திரும்பும் அமெரிக்கா!

அமெரிக்காவில், மக்காச்சோளச் சாகுபடிக்கு மட்டும் ஆண்டுக்கு 1 கோடி டன் ரசாயன உரம் பயன்படுத்தப்படுகிறதாம். இது தவிர, பூச்சிக்கொல்லி, பூஞ்சணக்கொல்லிகள் வேறு. இந்த நஞ்சுகள் அப்படியே உணவு மற்றும் இறைச்சியிலும் பரவுவதால்தான் மக்களுக்கு நோய் பரவுகிறது என்ற கருத்து, தற்போது அங்கு வலுப்பட்டு வருகிறது. அந்த நாட்டில், உணவுக்குத் தட்டுப்பாடே கிடையாது. ஆனால், அங்கு கிடைக்கும் உணவு, நஞ்சு கலக்காத

தரமான உணவு என்பதற்கு எந்தவித உத்தரவாதமும் கிடையாது. அதனால்தான் புற்றுநோய் உள்ளிட்ட பல நோய்களில் இருந்து தங்களைக் காத்திட இயற்கை உணவைத் தேடி வருகின்றனர் அமெரிக்கர்கள். அதன் தொடர்ச்சியாகத்தான் கால் நடைகளைக்கூட கொட்டிலில் அடைக்காமல் மேயவிட்டு வளர்க்க வேண்டும் என்று அவர்கள் முடிவு செய்துள்ளனர்.

இயற்கை விளைபொருட்களுக்கு எகிறும் விலை!

அமெரிக்காவில் 2% நிலத்தில் மட்டும்தான் இயற்கை வழியில் பயிர் செய்யப்படுகிறது. அதனால் இயற்கையில் விளைந்த உணவின் விலை மிகவும் உயர்ந்து கிடக்கிறது. ஏறத்தாழ ரசாயனத்தால் உற்பத்தி செய்யப்பட்ட பொருட்களைக் காட்டிலும், இயற்கை விளைபொருட்கள் பலமடங்கு கூடுதல் விலையில் விற்கப்படுகிறது.

நமது முக்கிய உணவான அரிசி, இந்தியாவில் 10 கோடியே 85 லட்சம் ஏக்கரில் பயிரிடப்படுகிறது. 2009-10-ம் ஆண்டில் 8 கோடியே 93 லட்சம் டன் நெல்லை அறுவடை செய்துள்ளோம். 'ஒரு கிலோ அரிசி உற்பத்திக்கு 5,000 லிட்டர் தண்ணீர் தேவை' என்கிறார்கள் நிபுணர்கள். நம் நாட்டில் நதிகள் அனைத்தும் வற்றிக்கிடக்கும் நிலையில், பூமியில் இருந்து நீரை உறிஞ்சிதான் பெரும்பாலான இடத்தில் நெல் விளைவிக்கப்படுகிறது. ரசாயன இடுபொருட்களைக் கொட்டும்போது வயலில் நீரை நிறுத்திவைக்க வேண்டியது அவசியமாகிறது.

ஆனால், இயற்கை வழி வேளாண்மையில் காகித கனத்துக்கு நீரை நிறுத்தினால் போதும் என்று நிரூபிக்கப்பட்டுள்ளது. 'காய்ச்சலும் பாய்ச்சலுமாக இருந்தால் போதும்' என்கிறார்கள், இயற்கை விவசாயிகள். அப்படி இருக்கும்போது நாம் இயற்கைக்கு மாறினால் மட்டும்தான் சூழல் மாசுபாட்டில் இருந்து நம்மைக் காப்பாற்றிக்கொண்டு நோய்களில் இருந்து விடுபட முடியும். அதோடு தண்ணீர் மற்றும் மின்சாரத்தையும் சேமிக்க முடியும். இன்றையக் காலகட்டத்தில், மனிதர்களுக்கான இயற்கை ஆதாரங்களைக் கெடுத்துவிடாமல் பராமரிக்க வேண்டியது நமது கடமை அல்லவா!

நிமிர வைக்கும் நெய் கிச்சடி!

அந்தக் கடமையை தமிழகத்தில் உள்ள இயற்கை விவசாயிகள் பலர் சரியாகச் செய்து வருகிறார்கள். அவர்களில் ஒருவர்தான், முன்னோடி இயற்கை ஆராய்ச்சி விவசாயி, 'செங்கல்பட்டு' முகுந்தன்.

கடந்த பருவத்தில் 'நெய் கிச்சடி' எனும் குறுகியகால நெல் வித்தை இயற்கை வழியில் பயிர் செய்திருந்தார். இது, ஐ.ஆர், விதைகள் வருவதற்கு முன்பு செங்கல்பட்டு, காஞ்சிபுரம் பகுதிகளில் பிரபலமாக இருந்த ரகம். 4 அடி உயரம் வளரக்கூடிய சன்ன ரகம். இதன் ஆயுள் 110 நாள். நவரை, சொர்ணவாரிப் பட்டங்களில் பயிரிடுவதற்கு ஏற்ற ரகம் இது.

இதை ஒற்றை, இரட்டை நாற்றாக நடவு செய்திருந்தார், முகுந்தன். அதிகபட்சமாக 80 சிம்புகளும், சராசரியாக 50 சிம்புகளும் வந்திருந்தன. அறுவடைக்கு முன்பாக பெய்த தொடர் மழையில் பாதிக்கப்பட்டும், ஏக்கருக்கு 30 மூட்டை (75 கிலோ மூட்டை) என்ற கணக்கில் அறுவடை செய்திருக்கிறார். "கால நிலை பொருந்தி இருந்தால், 35 மூட்டை கிடைத்திருக்கும்" என்கிறார் முகுந்தன்.

இந்த நெய்க் கிச்சடி ரகம், இறக்குமதியான வித்துக்களின் படையெடுப்பால் காணாமல்போன ஒரு ரகம். அதைத் தேடிப் பிடித்திருப்பதோடு, விதைகள் தேவைப்படுபவர்களுக்கு கொடுக்கவும் தயாராக இருக்கிறார் முகுந்தன்.

ஜப்பான் நடவா... ஒற்றை நாற்று நடவா?

ஈரோடு மாவட்ட இயற்கை வேளாண்மை ஒருங்கிணைப்பாளர், 'நசியனூர்' மோகனசுந்தரத்தைச் சந்தித்தபோது, "மாவட்டத்தின் பல வயல்களில் ராசராசன்–1,000 என்ற அடையாளப் பலகை காணப்படுகிறது. வரிசை வரிசையாக, முன் ஒரு காலத்தில் 'ஜப்பான் நடவு' என்ற பெயரில் நட்டார்களே அதுபோல நெல் நாற்றை நடவு செய்திருக்கிறார்கள். ஆனால், இது ஒற்றை நாற்று நடவு கிடையாது" என்றார்.

மற்ற மாவட்டங்களில் உள்ள நண்பர்களிடம் விசாரித்தபோது, பல இடங்களிலும் இப்படித்தான் நடந்திருக்கிறது என்றே தெரிய வருகிறது.

நமதுநாட்டில் நெல் உற்பத்தி, தட்பவெப்ப நிலையில் மேடு-பள்ளங்கள், நதி நீர்த் தகராறு, தண்ணீர்ப் பற்றாக்குறை, மின்சக்திப் பற்றாக்குறை, ஆள் பற்றாக்குறை, உழைப்பாளர் திறமைக் குறைவு, உடைமையாளரிடம் நிதி பற்றாக்குறை... என்று ஏகப்பட்ட நெருக்கடிகளைச் சந்தித்து வருகிறது.

இவ்வளவையும் தாண்டி லாபகரமாக நெல் உற்பத்தி செய்ய வேண்டுமென்றால், ஒற்றை நாற்று முறை மட்டுமே கை கொடுக்கும். அதுவும் இயற்கை வழிக்குத் திரும்பினால் மட்டுமே சாத்தியப்படும். விதையின் அளவைக் குறைத்து ரசாயன இடுபொருட்களைக் குறைக்கும்போது... அழிவது குறைவதால், பெறும் ஊதியம் உயர்கிறது. தண்ணீர்த் தேவை குறைகிறது. பூமியைக் காய்ச்சலும் பாய்ச்சலுமாக வைத்துக்கொண்டால் மட்டுமே விளைச்சல் உயர்கிறது.

இப்படி உலகில் உள்ள அனைத்துப் பயிர் ரகங்களுமே உழவர்களால் தேடிக் கண்டுபிடிக்கப்பட்டவைதான்.

உழவர்கள் கண்டுபிடித்த பயிர்களில் சில மாற்றங்களைச் செய்து, அவற்றின் நிலைத்தத் தன்மையைக் கெடுத்ததைத் தவிர, ஆராய்ச்சியாளர்கள் வேறு ஒன்றையும் செய்தது கிடையாது.

உடல் வளர்க்க உதவி செய்யும் உழவர்களின் ஆராய்ச்சி தொடரட்டும்!

17

செடியை மரமாக்கும் இயற்கைக் கூட்டணி!

'**மா**பெரும் வேளாண்மைச் சவால்' (The Great Agricultural Challenge)...

'பரத் மன்சாடா' என்ற எழுத்தாளர், 'பாஸ்கர் சாவே' என்ற புகழ் பெற்ற இயற்கை விவசாயியையும் அவரது 'கல்ப விருக்ஷா' என்னும் பல்லடுக்கு மரத் தோட்டத்தையும் மையமாக வைத்து எழுதிய நூலின் பெயர்தான் இது.

அப்படி என்ன மகத்துவம்?

குஜராத் மாநிலத்தில் கடலுக்கு அருகில் 14 ஏக்கரில் அமைந்துள்ளது, கல்ப விருக்ஷா. தென்னை, சப்போட்டா, காய்கறிகள், நெல்... என அனைத்துமே இங்கு இயற்கை முறையில் விளைவிக்கப்படுகின்றன.

எல்லாமே அபரிமிதமான விளைச்சல் தருவதுதான் இந்தப் பண்ணையின் மகத்துவம். உதாரணத்துக்கு இங்குள்ள தென்னை மரங்கள் ஆண்டுக்கு 400 காய்கள் வரை கொடுக்கின்றன. ஒரு சப்போட்டா மரத்தில் ஆண்டுக்கு 300 கிலோ வரை பழங்கள் கிடைக்கின்றன. இந்தப் பண்ணைக்கு வந்திருந்த மசானபு ஃபுகோகா, 'உலகம் முழுவதும் நான் பார்த்த பண்ணைகளில் இதுதான் உன்னதமானது. இந்தப் பண்ணை, ஜப்பானில் உள்ள என்னுடைய பண்ணையைவிட சிறப்பாக அமைந்திருக்கிறது' என்று பார்வையாளர் குறிப்பேட்டில் எழுதியுள்ளார்.

இத்தனைச் சிறப்பு வாய்ந்த பண்ணை உருவான கதைதான் 'மாபெரும் வேளாண்மைச் சவால்' என்ற நூலின் கரு. இனி, அந்த நூலிலிருந்து சில பகுதிகளைப் பார்ப்போம்...

அனுபவம்தான் அறிவு

உழவர் குடும்பத்தில் பிறந்த பாஸ்கர் சாவே, மகாத்மா காந்தியின் தீவிர ரசிகர். பத்து ஆண்டுகள் ஆசிரியராகப் பணியாற்றிவிட்டு விவசாயத்துக்குத் திரும்பிய இவரும் ஆரம்பக் காலங்களில் ரசாயன விவசாயத்தைத்தான் செய்து வந்தார். 'அனுபவத்தின் மூலம் பெறுவதே அறிவு' என்னும் மகாத்மா காந்தியின் பொன்மொழிக்கு ஏற்ப, பண்ணையில் பாஸ்கர் சாவே செயல்படுத்திப் பார்த்த ஆராய்ச்சிகளின் விளைவுதான் கல்ப விருக்ஷா.

1960-ம் ஆண்டுக்கு முன்பே ரசாயன உரங்கள் மண்வளத்தை சிதைப்பதோடு, விவசாயத்துக்கான முட்டுவளிச்செலவைக் கூட்டுகின்றன என்று உணர்ந்தவர், பாஸ்கர் சாவே. 'ஒரு செடி, மண்ணிலிருந்து எவ்வளவு சக்தியை எடுக்கிறது' என்ற ஆராய்ச்சியை மேற்கொண்டபோதுதான் இவருக்கு இன்னமும் இயற்கை மேல் ஆர்வம் அதிகமானது.

மண்ணிலிருந்து எதையும் எடுப்பதில்லை!

பதினேழாம் நூற்றாண்டு காலத்தில் பெல்ஜியம் நாட்டில் வாழ்ந்த ஜான் ஸ்டநூரர் என்ற மருத்துவர், தொட்டியில் வில்லோ செடி (ஐரோப்பாவைச் சேர்ந்த தாவரம்) ஒன்றை வளர்த்து வந்தார். செடியை ஊன்றுவதற்கு முன், தொட்டியிலுள்ள மண்ணை எடை போட்டு வைத்துக்கொண்டார்.

அதற்கு ஊற்றிய மழைநீரை மட்டுமே கொண்டு அந்தச் செடி ஐந்து ஆண்டுகளில் சிறிய மரமாக வளர்ந்தது. அந்த சமயத்தில் அந்த மரத்தைப் பெயர்த்து எடை பார்த்தபோது 70.5 கிலோ எடை இருந்தது. தொட்டியில் இருந்த மண்ணின் எடை ஆரம்பத்தில் இருந்ததைவிட அறுபது கிராம் மட்டுமே குறைந்து இருந்தது.

எந்நாடுடைய இயற்கையே போற்றி!

மண்ணுக்கு இடையில் பல்லாயிரக்கணக்கான நுண்ணிய வேர்களும் அடங்கி இருந்தன. இந்தச் சோதனை மூலம், 'மொட்டாக இருந்த குறுஞ்செடி 70.5 கிலோ எடையுள்ள மரமாக வளருவதற்குத் தேவையானப் பொருட்கள் தொட்டியில் இருந்து வரவில்லை.

தொட்டிக்கு வெளியே இருந்துதான் கிடைத்திருக்கின்றன' என்ற முடிவுக்கு வந்தார், ஜான் ஸ்டநூரர். இவரின் சோதனையை மையமாக வைத்துக்கொண்டுதான் 1972-ம் ஆண்டு தன்னுடைய சோதனையைத் துவக்கினார், பாஸ்கர் சாவே.

காற்றும் நீரும் கொடுக்கும் உரம்...

தனது மாடு படுக்கும் இடத்தில் உள்ள மண்ணை எடுத்து எடை போட்டுவிட்டு பின் ஒரு தொட்டியில் நிரப்பி, ஒரு வெள்ளரி விதையைத் ஊன்றித் தண்ணீர் விட்டு வந்தார். அதில் முளைத்து வந்த கொடி, 90 நாட்களில் 2 பழங்களைக் கொடுத்தது. ஒரு பழம் 5 கிலோ, இன்னொரு பழம் 3 கிலோ எடையும் இருந்தன. மீதம் இருந்த இலை, சருகு, கொடி என அனைத்தும் சேர்ந்து 600 கிராம் எடை இருந்தன. மொத்த எடை 8 கிலோ 600 கிராம். ஆனால் மண்ணின் எடை கூடவும் இல்லை, குறையவும் இல்லை. அதே எடைதான் இருந்தது.

அதற்கு முன், செடி வளர்ச்சியைப் பற்றி கூறப்பட்டிருந்த விஞ்ஞான ஆய்வு முடிவுகள், 'ஒரு செடி தன் எடையில் 94 சதவிகிதத்தைக் காற்றில் இருந்தும் நீரில் இருந்தும்தான் பெற்று வளர்கிறது (காற்றிலிருந்து 44 சதவிகிதம் ஆக்ஸிஜன் மற்றும் 44 சதவிகிதம் கார்பன்-டை-ஆக்ஸைடு, நீரிலிருந்து 6 சதவிகிதம் ஹைட்ரஜன்)' என்கின்றன. பாஸ்கர் சாவேயின் சோதனை முடிவும் இதை உறுதிப்படுத்தியது.

'சூரிய ஒளியை, ஒளிச்சேர்க்கை மூலம் தாவரங்கள் விளை பொருளாக மாற்றுவதற்கு நீர், நிலம், காற்று ஆகிய மூன்று பூதங்களும் சேர்ந்துதான் உதவுகின்றன. விளைச்சலை உறுதிப் படுத்துவதில், செடி, கொடி, மரங்கள், நுண்ணுயிர்கள், பூச்சி, புழுக்கள், விலங்குகள் ஆகியவை ஒரு சமூகமாக இணைந்து செயல்படுகின்றன' என்று ஆய்வுக்கு முடிவுரை எழுதினார், சாவே. இதைத் தெளிவாகப் புரிந்துகொண்டவர்கள் ரசாயனத்தின் பக்கம் தலை வைத்துக்கூடப் படுக்கமாட்டார்கள்.

18

அடித்தட்டு மக்களின் பூமிப் பாதுகாப்பு சாசனம்!

ஆயிரம் ஆண்டுகளைக் கடந்து நிற்கும் தஞ்சைப் பெரியக்கோயிலுக்கு விழா எடுத்து மகிழ்கிறோம். ராஜராஜ சோழனை வானளாவப் புகழ்கிறோம். இதற்குக் காரணம், 'புராதனச் சின்னங்களைப் பாதுகாக்க வேண்டும்' என்ற எண்ணம் உலக அளவில் பரவிக் கிடப்பதுதான். இதுவாவது ஆயிரம் ஆண்டுகள் பாரம்பரியம் கொண்டது.

சில நூறு ஆண்டுகள் பழமை வாய்ந்த பொருட்களைப் புராதனச் சின்னங்கள் என்று கொண்டாடுகிறோம். இதில் ஏதும் தவறு இல்லை. அதே சமயம், பல்லாயிரம் ஆண்டுகளைக் கடந்து நிற்கும் பூமியை நாம் எப்படியெல்லாம் கொண்டாட வேண்டும். இதை நாம் என்றாவது யோசித்தோமா?

நம் மூதாதையர்கள் வாழ்ந்து மறைந்த இந்த பூமிப்பந்து, தற்போது பெரும் ஆபத்துக்கு உள்ளாகி இருப்பதை உலகம் கொஞ்சம் கொஞ்சமாக உணர்ந்து வருகிறது.

பூமியின் வெப்பம் அதிகரித்துப்போய், அதன் தட்பவெப்ப நிலை தாறுமாறாகிக் கிடக்கிறது. ரஷ்யாவில் ஏற்பட்டுள்ள கடுமையான வறட்சி, சீனாவில் பெருக்கெடுத்து ஓடும் வெள்ளம், பாகிஸ்தானில் ஏற்பட்ட வெள்ளம், இந்தியாவிலும் ராஜஸ்தான், ஜார்கண்ட், மேற்கு வங்கம், பீகார்... எனப் பல மாநிலங்களில் வெள்ளம் பெருக்கெடுத்து ஓடிக்கொண்டு இருக்கிறது. இவையெல்லாம் தாறுமாறாகிக் கிடக்கும் தட்பவெப்ப நிலை மாற்றத்தின் சில விளைவுகள்.

'புவி வெப்பத்துக்குக் காரணமாகச் சொல்லப்படும் சில அடிப்படை விஷயங்களை உடனடியாக விலக்கிக் கொண்டாலே, பூமி இயல்பு நிலைக்கு திரும்புவதற்கு இன்னமும் 150 ஆண்டுகள் ஆகலாம்' என்கின்றனர் விஞ்ஞானிகள். அப்படி இருந்தும் உலகளவில் கூட்டப்படும் எந்த மாநாட்டிலும் புவி வெப்பத்தைக் குறைப்பதற்கான உருப்படியான முடிவுகள் எதையும் எடுத்ததாகத் தெரியவில்லை.

பட்டணத்தில் வாழ்கின்ற மேல்தட்டு மக்கள் மட்டும் ஒன்றுகூடி, தட்பவெப்ப நிலை குறித்து பேசுவது, மதில் மேல் உள்ள இலையைக் கிள்ளுவது போன்றதுதான். இதை உணர்ந்த, இந்தியாவில் வாழும் விவசாயிகள், மீனவர்கள், தலித்துகள், பழங்குடியினர்... போன்ற அடித்தட்டு மக்களில் பலர், ஒன்றுகூடி ஒரு சாசனத்தை வெளியிட்டுள்ளனர்.

தட்பவெப்ப நிலை மாற்றத்தால் ஏற்படக்கூடிய திடீர் பேரிழப்புகளை சமாளிப்பது குறித்த சிந்தனைதான் இந்த சாசனத்தின் மையக்கருத்து.

அந்த சாசனத்தில் உள்ள சில முக்கிய பகுதிகள்...

'ஏராளமானச் செடி கொடிகளும், விலங்குகளும் எங்களது வாழ்க்கையுடன் நெருக்கமான உறவு கொண்டுள்ளன. எங்களுடைய உணவையும், தீவனத்தையும், எரிபொருளையும், உடையையும், இருப்பிடத்தையும் சுற்றுச்சூழலில் இருந்தே நாங்கள் பெறுகிறோம். அதனால், அவற்றை மதிக்கவும் பேணிப் பாதுகாக்கவும் செய்கிறோம்.

காடுகளில் உள்ள மரக் கூட்டங்களும், அவற்றுக்கு ஊடே காணப்படும் புல், பூண்டு, செடி-கொடிகளும் ஒளியை உள்வாங்கி பூமித்தாயின் சூட்டைத் தணிக்கின்றன.

எந்நாடுடைய இயற்கையே போற்றி!

கடல் நீரில் வாழும் உயிரினங்களும், பவழப் பாறைகளும் கடலின் அலையை ஆற்றி நிலத்தை சுனாமியில் இருந்து பாதுகாத்து வந்தன. கடலோரட வளர்ந்த தாவரங்களும், மரங்களும் மணலை மலையாகக் குவித்து வைத்தன. அவற்றின் பலனை உணர்ந்து நாங்கள் அழிக்காமல் இருந்ததால்தான், சுனாமியின்போது அந்த மண் மேடுகள் எங்களின் நிலங்களைக் காத்தன.

எங்கள் நிலங்களில் 12 வகையானப் பயிர்கள், 16 வகையானக் காய்கறிகள், 21 வகையானக் கீரைகள், 17 வகையானப் புற்கள்... எனப் பல்வேறு வகையில் சாகுபடி செய்கிறோம். எவ்வளவு

வறட்சி, வெள்ளம் வந்தாலும் அதிலிருந்து தப்பிப்பதற்கான உத்திகள் எங்களது இயற்கையோடு இயைந்த வாழ்க்கை முறையில் இருக்கின்றன.

எங்கள் காடுகளில் நாங்கள் இடம்விட்டு இடம் பெயர்ந்து சாகுபடி செய்துகொண்டு இருந்தபோது, காடுகள் வளமாகவே இருந்தன. காட்டு விலங்குகளுக்குப் புகலிடமும் இருந்தது. 1970–ம் ஆண்டுக்குப் பிறகு வன அதிகாரிகள் எங்களை வலுக்கட்டாயமாக காட்டை விட்டு வெளியேற்றி, சமவெளியில் தங்கவைத்து ஓரினப் பயிர் சாகுபடிக்குக் கட்டாயப்படுத்திய பிறகுதான், இயற்கைப் பேரழிவுகளை நாடு சந்தித்து வருகிறது.

வறட்சிப் பகுதிகளில் வாழ்கின்ற மக்களின் வாழ்க்கை அவர்களுடைய கால்நடைகளைச் சார்ந்துள்ளது. ‘வளர்ச்சித் திட்டம்’ என்ற பெயரில் ஏற்பட்ட தொழிற்பெருக்கம் ஆடு, மாடுகளின் மேய்ச்சல் பரப்பைச் சுருக்கி கால்நடைகளைப் பட்டினிப் போட்டு சாகடிக்கின்றன’ எனச் சொல்லும் அந்தச் சாசனம், சில கோரிக்கைகளையும் முன் வைக்கிறது. அவை...

* காடுகள், கால்நடைகள், பண்ணைகள் போன்ற இடங்களில் நிலவும் உயிரினப் பல்வகைமையைச் சிதைக்கின்ற வகையில் எதையும் செய்யாதீர்கள்.

* உயிர்ச் சூழலுக்கு இசைந்த பல்முனைப் பயன்பாட்டு மையமாக இருக்கும் எங்கள் வாழ்க்கை முறையைச் சிதைக்காதீர்கள்.

* பாரம்பரிய விதைகளையும், செடி-கொடிகளையும் நாங்கள் பாதுகாப்பதற்கு ஏற்ப, வசதி வாய்ப்புகளைச் செய்து கொடுங்கள்.

* காடுகளில் உள்ளூர்த் தாவரங்களை வளர்ப்பதற்குக் கொள்கை வகுத்திடுங்கள். காட்டின் மீது எங்களுக்கு உரிமையையும், கட்டுப்பாடு இருப்பதையும் உறுதி செய்யுங்கள்.

இந்தக் கோரிக்கைகளில் இருக்கும் நியாயங்களை, அனைவரும் நன்கு உணர முடியும். காலம் நம்மைத் தோற்கடிக்கும் முன், நல்ல முடிவை எடுக்க வேண்டியது நம் அனைவரின் கடமை.

19

"ரேடியோ பூ இருக்கையில் யூரியா எதற்கு?"

இருபது, முப்பது ஆண்டுகளுக்கு முன்னர் அங்கொன்றும் இங்கொன்றுமாக இருந்த நீரிழிவு நோய், புற்று நோய், பார்வைக்குறைவு, பிறவி ஊனம், மலட்டுத்தன்மை, மன அழுத்தம்... போன்ற நோய்கள் இப்போது சர்வ சாதாரணமான விஷயமாகிவிட்டது. மேலும், குழந்தைகள் முதல் முதியவர்கள் வரை வயது வித்தியாசம் இல்லாமல் அனைவரும் இதுபோன்ற பல நோய்களால் பீடிக்கப்படுகிறார்கள்.

அதிகரிக்கும் விழிப்பு உணர்வு!

பல ஆராய்ச்சிகளுக்குப் பிறகு அரிசி, கோதுமை, பால், இறைச்சி, காய்கறி, பழங்கள்... போன்ற உணவுப்பொருட்களில் எஞ்சி இருக்கும் பூச்சிக் கொல்லி உள்ளிட்ட ரசாயனங்களின் எச்சங்கள் தான் இதுபோன்ற நோய்களுக்கு அடிப்படைக்

காரணம் என்ற முடிவுக்கு வந்திருக்கிறோம் நாம். நுகர்வோரிடமும் உழவர்களிடமும் இது பற்றிய விழிப்பு உணர்வும் அதிகரித்து வருகிறது.

ரசாயன உரங்கள் இடப்படும் பயிர்களில், குறிப்பாக, அதிகமாக யூரியா இடப்படும் பயிர்களைத்தான் பூச்சிகளும் அதிகமாகத் தாக்குகின்றன என்பதையும் உழவர்கள் கண்கூடாக உணர்ந்து வருகிறார்கள். அதனால், குறுகிய காலத்தில் ரசாயனத்திலிருந்து இயற்கை உரத்துக்கு மாறுவதற்கான வழிமுறைகள் பற்றிய தேடல்கள் விவசாயிகளிடம் பெருகி வருகின்றன.

யூரியாவுக்கு மாற்று!

யூரியாவுக்கான ஒரு முக்கியமான மாற்று இயற்கைப் பொருள்தான், நெய்வேலிக்காட்டாமணக்கு (Ipomoea Carnea). இதை 1962-ம் ஆண்டிலேயே அண்ணாமலைப் பல்கலைக்கழக வேளாண்மைத் துறை அறிமுகப்படுத்திவிட்டது. அப்போது முதலே, ஆயிரக்கணக்கான தமிழக உழவர்கள் நெய்வேலிக் காட்டாமணக்கை தழைச்சத்துக்காகவும், பூச்சி விரட்டிக்காகவும் பயன்படுத்தி வருகிறார்கள்.

காஞ்சிபுரம் மாவட்டத்தில், 'கடல்பாலை'; 'பொள்ளாச்சி பகுதியில், 'மலை ஊணான்', 'ஆத்து ஊணான்'; நெல்லை மாவட்டத்தில், 'ரேடியோ பூ', 'ரப்பர் குலை'; சிவகங்கை மாவட்டத்தில், 'அடங்காப்பிடாரி'; ராமநாதபுரத்தில், 'வெட்டி எறிஞ்சான்' என்று இந்தச்செடிக்கு வட்டார ரீதியாக பல பெயர்கள் இருக்கின்றன.

குறையாத மகசூல்!

இந்தச் செடியின் தண்டுப்பகுதியை கொஞ்சம் வெட்டி தண்ணீரில் போட்டால், அதில் உள்ள கணுக்களில் இருந்து வேர் இறங்கி செடி பல்கிப் பெருகிவிடும். அதனால்தான் அனைத்து நீர்நிலைப் பகுதிகளிலும் இந்தச் செடியைக் காண முடிகிறது.

தொடர்ந்து ரசாயன உரம் போட்டு வந்த நிலத்தில் திடீரெனப் பயன்படுத்தினால்கூட விளைச்சல் சரியாமல் மகசூல் கிடைப்பது தான் இந்தச் செடியின் பெருமை. பல விவசாயிகள் இந்தச் செடிகளை அள்ளிக்கொண்டு வந்து வயலில் இட்டு உழுது, நெல் சாகுபடி செய்து அதிக மகசூல் பெற்று வருகிறார்கள்.

ஆனால், என்னதான் காட்டுக்கத்தலாகக் கத்தினாலும், இந்த ரேடியோ பூ உரம் பற்றிய விஷயம் அரசின் காதுகளில் விழுவதாக இல்லை. இதை உரமாகப் பயன்படுத்துவதன் மூலம், விவசாயிகளுக்கு இடுபொருள் செலவு குறைவதோடு, ரசாயன உரப் பயன்பாடும்

எந்நாடுடைய இயற்கையே போற்றி!

குறையும். இதனால் சுற்றுச் சூழல்கேடுகளும் தடுக்கப்படும். இத்தனை நன்மை தரக்கூடிய இந்த விஷயத்தை இயற்கை வழி விவசாயிகள் பலரும் பின்பற்றி, அதன் பலனை ஊருக்குக் வெளிச்சம்போட்டுக் காட்டி வருகின்றனர். ஆனால், அரசோ... வேளாண் துறையோ இதுபற்றி பிற விவசாயிகளிடம் எடுத்துச் சொல்வதற்கு முன்வருவதில்லை. வழக்கம் போல, கம்பெனிக் காரர்களுக்குத்தான் பிரசாரம் செய்து வருகின்றது.

இடுபொருள் இக்கட்டு!

உளுந்து அல்லது பாசிப் பயறு; சம்பா நெல்லுக்குப் பிறகு உளுந்து அல்லது பாசிப்பயறு; குறுவை நெல்லுக்குப்பிறகு தாளடி நெல், அதற்குப் பிறகு சம்பா நெல்... இப்படித்தான் மாற்றி மாற்றிப் பயிர் செய்வார்கள். ஆழ்குழாய்க் கிணறு அமைத்து சாகுபடி செய்யப்படும் நிலங்களில் பயிர் சுழற்சி முறைக்கு வேலை இல்லாமல்போய், மீண்டும் மீண்டும் நெல்லைத்தான் பயிர் செய்கிறார்கள். அதனால் அதிக விளைச்சல் கிடைப்பதற்காக வெளி இடுபொருட்களையே சார்ந்து இருக்க வேண்டிய சூழ்நிலைக்கு ஆளாகிறார்கள், விவசாயிகள்.

இதைத் தவிர்ப்பதற்கானதுதான் விவசாயிகள் கடைப்பிடிக்கும் பயிர் சுழற்சி உத்தி. மழைக்காலங்களில் ஏக்கருக்கு எட்டு கிலோ அளவில் சணப்பு விதைகளை விதைத்து விடுகிறார்கள். மூன்று மாதம் கழித்து சணப்பு வளர்ந்து விதைகள் முற்றிய பிறகு, விதையுடன்கூடிய நுனிக் கிளைகளை மட்டும் வெட்டி விதைகளைப் பிரித்து விடுகிறார்கள்.

இதில் 1 டன் சணப்பு விதை கிடைக்கிறது. நிலத்தில் மீதமுள்ள செடிகளை அப்படியே மடக்கி உழுது மண்ணைக் காயவிட்டு, உளுந்து (ஆடுதுறை-5; ஏக்கருக்கு 8 கிலோ) விதைக்கிறார்கள். எந்த சிரமமும் இல்லாமல் 80 நாட்களில் 300 கிலோ உளுந்து அறுவடை செய்துவிடுகிறார்கள். ஒரு கிலோ உளுந்து 50 ரூபாய்க்குக் குறையாமல் விற்பனையாகிறது. ஒரு கிலோ சணப்பு விதை 22 ரூபாய்க்கு விற்பனையாகிறது. கொஞ்சம் கொஞ்சமாக மண்வளம் கூடினால் இன்னமும் மகசூல் கூடும் என்கிறார்கள்.